Bài giảng 4 trong 1 của Zacharias Godseagle kèm liên kết âm thanh:

Muối bởi Lửa trên 7 Ngọn Núi với 14 Câu Chuyện— Trở nên Liên Quan đến Sự Gia Tăng của Đức Chúa Trời

; Kho Báu Ẩn Giấu Trong Bạn – Ê-phê-sô 1;

Cuộc chiến thầm lặng; Nó là

Hoàn thành: Trở thành Bàn thờ Sống

qua

Zacharias Godseagle ; Đại sứ Thứ Hai O. Ogbe ; Tiện nghi Ladi Ogbe

Table of Contents

Trang bản quyền

Xuất bản bởi:
Zacharias Godseagle & God's Eagle Ministries (GEM)
www.otakada.org

Trừ khi có ghi chú khác, các trích dẫn Kinh Thánh đều được lấy từ Kinh Thánh. Mọi tài liệu tham khảo Kinh Thánh đều được sử dụng cho mục đích giảng dạy, nghiên cứu và phát triển tâm linh theo nguyên tắc sử dụng hợp lý.

Cuốn sách này là một tác phẩm giảng dạy, suy ngẫm và diễn giải tâm linh. Những câu chuyện đời thực được sử dụng trong sách có thể bao gồm các nhân vật được ghép lại hoặc các chi tiết được điều chỉnh để bảo vệ quyền riêng tư, đồng thời vẫn giữ được sự thật và tác động.

Thiết kế bìa: “Đội ngũ sáng tạo God's Eagle”]

Được in tại Hoa Kỳ

Sự cống hiến

Chúng tôi dành tặng tác phẩm này cho tất cả những ai khao khát sự phù hợp với mục đích của Chúa— cho những ai đang bước qua lửa, chờ đợi trong im lặng hoặc thức tỉnh với kho báu ẩn giấu bên trong.

Mong rằng những lời này sẽ giúp bạn vững bước, củng cố đức tin
và trở thành con người mà Thiên đường đã tạo dựng nên.

— Zacharias Godseagle , Đại sứ Thứ Hai O. Ogbe , Comfort Ladi Ogbe

Lời cảm ơn

Chúng tôi vô cùng biết ơn những tiếng nói, tấm lòng và bàn tay đã góp phần đưa công trình này đến với cuộc sống. Xin cảm ơn các mục sư, giáo viên, người cầu thay và những tín hữu bình thường đã chia sẻ chứng ngôn, đặt câu hỏi và chia sẻ những hiểu biết sâu sắc—cảm ơn các bạn đã định hình nên hành trình được ghi lại trong những trang sách này.

Gửi đến Giáo hội toàn cầu, vươn lên trên bảy ngọn núi, cảm ơn lòng can đảm, đức tin và sự theo đuổi không ngừng nghỉ mục đích của Chúa. Mong những lời dạy này củng cố quyết tâm và thắp lên ngọn lửa trong bạn.

Về 4 trong 1 Bài giảng của Zacharias Godseagle – có Liên kết Âm thanh :

Muối bởi Lửa trên 7 ngọn núi với 14 câu chuyện • Kho báu ẩn giấu trong bạn – Ê-phê-sô 1 • Cuộc chiến thầm lặng • Mọi sự đã hoàn tất: Trở thành Bàn thờ sống

Bạn đang đo lường cuộc sống của mình bằng sự thành công của con người hay bằng ngọn lửa của Thiên đường? Trong tập sách 4 trong 1 đầy sức mạnh này, Zacharias Godseagle tập hợp bốn lời dạy tiên tri sẽ giúp bạn định hướng lại tấm lòng mình theo mục đích của Chúa, đánh thức bản sắc đích thực của bạn trong Chúa Kitô, và kêu gọi bạn bước vào con đường phó thác mỗi ngày sâu sắc hơn. Mỗi thông điệp được mở rộng bằng những câu Kinh Thánh, câu chuyện, lời cầu nguyện, lời tuyên bố và câu hỏi suy ngẫm—cùng với **các liên kết âm thanh** để bạn có thể lắng nghe, học hỏi và đắm mình trong sự hiện diện của Chúa mọi lúc mọi nơi.

1. Được Muối Bởi Lửa Trên 7 Ngọn Núi Với 14 Câu Chuyện—Trở Nên Có Liên Quan Đến Sự Gia Tăng Của Đức Chúa Trời

Thành công trong Vương quốc không được đo bằng số lượng, tiếng vỗ tay hay tốc độ—mà bằng **sự liên kết** . Qua bảy ngọn núi ảnh hưởng (Đức tin, Gia đình, Giáo dục, Chính phủ, Truyền thông, Nghệ thuật & Giải trí, Kinh doanh) và **14 câu chuyện đời thực** , bạn sẽ thấy cách Chúa dùng lửa để tinh luyện động cơ, thanh lọc ơn gọi và giải phóng sự liên quan đích thực.

Bạn sẽ khám phá:

- Tại sao lửa của Chúa là sự chuẩn bị chứ không phải là sự trừng phạt
- Làm thế nào để nhận ra ngọn núi ảnh hưởng của bạn
- Các bước thực tế và lời cầu nguyện để phù hợp với ý muốn của Chúa
- Câu hỏi phản ánh và tuyên bố giúp tác phẩm của bạn "vượt qua bài kiểm tra thử lửa"

2. Kho Báu Ẩn Giấu Trong Bạn – Hành Trình Qua Ê-phê-sô 1 trong 12 Bài Học

Ê-phê-sô chương 1 là kho tàng quý báu về bản sắc, mục đích và vận mệnh. Qua mười hai bài học giản dị nhưng sâu sắc này, bạn sẽ học được rằng:

- Bạn đã được biết đến và lựa chọn **trước khi sáng lập thế giới**
- Bạn không chỉ được tự do một cách hạn hẹp, mà còn **được tự do dồi dào** trong Chúa Kitô
- Bạn được **ấn chứng bởi Đức Thánh Linh** , được Thiên Đàng ký tên và ủng hộ
- Giáo hội là cơ quan hình thành quốc gia của Chúa—với lời kêu gọi đánh thức mang tính tiên tri cho Nigeria và các quốc gia khác

Mỗi bài học bao gồm Kinh thánh, sự mặc khải, các bước "Hành động" thực tế, câu hỏi suy ngẫm, lời tuyên bố và lời cầu nguyện.

3. Cuộc chiến thầm lặng – 12 bài học Khi sự im lặng chữa lành, khi sự im lặng gây hại, và khi sự im lặng trở thành tiếng nói lớn nhất của Chúa

Sự im lặng có thể là vũ khí chữa lành—hoặc cũng có thể là cái bẫy chết người. Qua những câu chuyện có thật và những bài học thấm đẫm Kinh Thánh, bạn sẽ học được:

- Khi sự im lặng là sự khôn ngoan và trưởng thành về mặt tâm linh
- Khi sự im lặng trở thành **tội lỗi, sự thao túng hoặc sự đồng tình với kẻ thù**
- Đôi khi Chúa nói lớn nhất vào những lúc dường như im lặng
- Làm thế nào để phá vỡ sự im lặng đầy sợ hãi và kêu cứu sự giúp đỡ và chữa lành

Mỗi chương đều kết thúc bằng một **lời cầu nguyện ngắn và lời tuyên bố** để giúp bạn bước đi trong sự tĩnh lặng thánh thiện, chứ không phải sự im lặng có hại.

4. Đã Hoàn Thành: Trở Thành Bàn Thờ Sống

Không còn chạy theo "bàn thờ cao hơn" hay những hy sinh vô tận. Trên Thập Giá, Chúa Giê-su tuyên bố: *"Mọi sự đã hoàn tất"*. Lời dạy này nhẹ nhàng nhưng kiên quyết chuyển bạn từ việc chạy theo các nghi lễ sang sống như **bàn thờ của Chúa** trong cuộc sống thường nhật. Bạn sẽ học được:

- Bàn thờ thực sự là gì—và làm thế nào để trái tim, ngôi nhà và công việc của bạn có thể trở thành một
- Làm thế nào Thập giá chấm dứt mọi bàn thờ cạnh tranh và mở ra con đường đến tự do đích thực
- Những bước đơn giản và thiết thực để sống như một **bàn thờ di động** —một cuộc sống hoàn toàn đầu phục Chúa
- Một lời thú nhận chân thành, những tuyên bố táo bạo và một lời cầu nguyện đổi mới để giúp bạn bắt đầu lại

Cuốn sách này dành cho:

- Những người tin Chúa khao khát sự liên kết sâu sắc hơn với mục đích của Chúa
- Những người lãnh đạo trên bất kỳ "bảy ngọn núi" nào cảm nhận được sức nóng của ngọn lửa tinh luyện
- Bất kỳ ai đang đấu tranh với bản sắc, sự im lặng, chiến tranh tâm linh hoặc biểu diễn tôn giáo
- Những người cầu thay, mục sư và các môn đồ hàng ngày cảm nhận được lời kêu gọi chuyển đổi quốc gia

Nếu bạn mong muốn sống một cuộc đời **vượt qua thử thách** , sống đúng với **bản chất thật** , sử dụng **sự im lặng một cách khôn ngoan** và trở thành **bàn thờ sống** cho sự hiện diện của Chúa… bộ sưu tập 4 trong 1 này sẽ hướng dẫn, thử thách và khích lệ bạn—từng trang, từng lời cầu nguyện.

Tóm tắt bìa sau

Bốn thông điệp thay đổi cuộc đời trong một tập sách—được thiết kế để định hình lại đức tin, đánh thức bản sắc, củng cố tiếng nói và thắp sáng hành trình theo Chúa của bạn.

Từ ngọn lửa tinh luyện ơn gọi, đến kho báu Chúa ẩn giấu trong bạn, đến những trận chiến thầm lặng, cho đến công trình hoàn tất của Thập Tự Giá—cuốn sách này trang bị cho bạn để sống như một đại sứ đích thực của Vương quốc với sự sáng suốt, can đảm và sự liên quan tâm linh.

LỜI NÓI ĐẦU

Có những khoảnh khắc trong lịch sử khi Chúa Thánh Thần ấn định một âm thanh trên trái đất—
một âm thanh không phát ra từ trí tuệ con người, mà từ sự thúc giục của Thiên đàng. Cuốn sách này mang theo âm thanh đó.

Bạn không đang cầm một tập hợp các bài giảng.

Bạn đang cầm một lời kêu gọi. Một lời triệu tập. Một sự khuấy động mang ý nghĩa thiêng liêng cho một thế hệ đang đứng giữa ngã ba đường của lửa, bản sắc, sự im lặng và sự đầu hàng.

Mỗi thông điệp trong tập sách này— *Mặn bởi Lửa, Kho Báu Ẩn giấu trong Bạn, Cuộc Chiến Thầm Lặng,* và *Mọi Sự Đã Hoàn Tất* —không chỉ là sự dạy dỗ. Đó là sự hình thành. Đó là kiến trúc tâm linh. Đó là Chúa đang nhặt những viên đá vụn của cuộc đời chúng ta và xây dựng lại một bàn thờ chứa đựng sự hiện diện của Ngài.

Trong *Salted by Fire* , bạn sẽ khám phá lý do tại sao Chúa thử thách những gì Ngài định tin tưởng. Lửa không phải là kẻ thù của số phận—mà là bà đỡ của nó. Qua những câu chuyện có thật trên bảy ngọn núi ảnh hưởng, tôi được nhắc nhở rằng con đường dẫn đến sự gia tăng thiêng liêng không bao giờ đến từ sự dễ dàng, mà là từ sự đồng điệu.

Trong *Kho Báu Ẩn Giấu Trong Bạn* , bức màn che phủ được vén lên trong Ê-phê-sô 1 theo cách mà ít ai từng trải nghiệm. Bản sắc không còn là một khái niệm của Cơ Đốc giáo nữa mà trở thành một nơi sinh ra thuộc linh—một sự trở về với con người chúng ta trong Chúa trước khi chúng ta là bất cứ thứ gì trên trái đất này.

Cuộc Chiến Thầm Lặng đối mặt với một trong những cuộc chiến tâm hồn bị hiểu lầm nhiều nhất. Sự im lặng có thể chữa lành hoặc hủy diệt. Nó có thể bảo vệ hoặc giam cầm. Nó có thể là sự vâng lời hoặc sự phản kháng. Phần này là một tấm gương buộc mỗi độc giả phải đối mặt với những cuộc chiến thầm lặng mà chúng ta mang trong mình.

Và rồi, giống như tiếng nói của chính Thập Giá, bài hát " *It Is Finished*" (Mọi Sự Đã Hoàn Tất) mang tất cả về với Chúa. Bài hát nhắc nhở chúng ta rằng Kitô giáo không phải là việc theo đuổi các bàn thờ—mà là việc chấp nhận bàn thờ duy nhất đã thay đổi vũ trụ. Bài hát kêu gọi chúng ta trở thành những hy sinh sống động, những bàn thờ biết đi, những người mang Sự Hiện Diện.

Điều gây ấn tượng sâu sắc nhất với tôi khi đọc bản thảo này không chỉ là sự mặc khải, mà còn là sự chân thành. Những trang sách này được viết ra không phải để gây ấn tượng. Chúng được viết ra để biến đổi. Chúng mang hương thơm của lời cầu nguyện, sự kiêng ăn, sự vâng phục, những mùa ẩn dật, và ngọn lửa cá nhân. Chúng đến từ một người đã từng bước qua những thung lũng tĩnh lặng, leo lên những ngọn núi của tiếng gọi, và đứng dưới ngọn lửa tinh luyện của tình yêu Chúa.

Quyển sách này là một món quà dành tặng cho Thân thể Đấng Christ.

Nó là một la bàn tiên tri cho các tín hữu đang định hướng trong một thế giới ồn ào. Nó nhắc nhở chúng ta rằng Đức Chúa Trời vẫn tinh luyện, vẫn phán dạy, vẫn kêu gọi, và vẫn hoàn tất những gì Ngài đã bắt đầu.

Lời cầu nguyện của tôi dành cho bạn rất đơn giản: **Hãy đọc chậm rãi. Đọc với lòng thành kính. Đọc với lòng trông đợi.**

Bởi vì trong những trang sách này, Thiên Đàng đang chờ đợi để nói với bạn về bản sắc, mục đích, ngọn núi và sự liên kết của bạn.

Nguyện ngọn lửa đã hun đúc nên những lời này cũng hun đúc nên bạn.

Nguyện kho báu ẩn giấu trong bạn trỗi dậy. Nguyện sự im lặng của bạn trở nên thánh thiện. Và nguyện cuộc đời bạn trở thành bàn thờ rực cháy với công trình đã hoàn tất của Chúa Kitô.

Bậc thầy

LỜI NÓI ĐẦU / LỜI NÓI ĐẦU

Cuốn sách này không bắt đầu như một dự án.
Nó bắt đầu như một sự khuấy động—ban đầu nhẹ nhàng, rồi dai dẳng, như một cơn gió nhẹ hội tụ sức mạnh của một cơn bão. Theo thời gian, Chúa Thánh Linh bắt đầu in sâu những thông điệp này vào lòng chúng ta qua những mùa lửa, tĩnh lặng, thức tỉnh và đầu hàng. Không một lời dạy nào trong số này xuất phát từ tham vọng; mỗi lời dạy đều xuất phát từ sự vâng phục.
Khi chúng ta bước đi với Chúa, bốn sự thật bắt đầu xuất hiện—những sự thật không thể bị bỏ qua:

Lửa không phải là kẻ thù; đó là phép thử chân thực của Thiên Đàng.
Bản sắc không được khám phá trên trái đất; nó được ghi nhớ từ cõi vĩnh hằng. Sự im lặng không phải là trống rỗng; đó là chiến trường cho số phận. Và bàn thờ vĩ đại nhất đã được dựng lên một lần cho mãi mãi trên Thập Giá.

Salted by Fire ra đời vào thời điểm nhiều người xung quanh chúng ta đang đo lường thành công bằng tầm nhìn, tốc độ hay tiếng vỗ tay. Chúa đã hướng ánh nhìn của chúng ta đến ngôn ngữ tĩnh lặng của sự đồng điệu - những khoảnh khắc ẩn giấu khi ngọn lửa của Ngài thanh tẩy những gì tham vọng của con người đã xây dựng.

Kho Báu Ẩn Giấu Trong Ngài đã được hé mở khi chúng ta dừng lại ở Ê-phê-sô 1. Điều bắt đầu bằng sự suy ngẫm đơn giản đã trở thành sự mặc khải. Kinh Thánh mở ra như một kho tàng, nhắc nhở chúng ta về con người mình trong Chúa từ rất lâu trước khi chúng ta xuất hiện trên đất.

Cuộc Chiến Im Lặng bất ngờ ngắt lời chúng tôi—một lời nặng nề từ Thánh Linh mở ra những trận chiến thầm lặng định hình nên hôn nhân, chức vụ, số phận và quốc gia.

Và *Mọi Sự Đã Hoàn Thành* đến như một lời nhắc nhở nhẹ nhàng nhưng kiên định: Cơ Đốc giáo không phải là việc theo đuổi những bàn thờ mới; mà là sự chấp nhận bàn thờ duy nhất đã thay đổi tạo vật mãi mãi. Thập Giá đứng đó như điểm gặp gỡ cuối cùng giữa Thiên Chúa và nhân loại, kêu gọi chúng ta đừng cố gắng hơn nữa mà hãy đầu hàng sâu sắc hơn.
Những thông điệp này không bao giờ được đặt riêng lẻ. Chúng được thiết kế để giao tiếp với nhau—để bổ sung cho nhau.

Cùng nhau, chúng tạo thành một bản đồ tâm linh: **lửa, bản sắc, sự im lặng, sự đầu hàng** — bốn trụ cột mà Chúa sử dụng để hình thành những người tin Chúa thành những nhân chứng sống.

Chúng tôi tin rằng Chúa Thánh Linh đã sắp đặt từng câu, từng câu chuyện, từng đoạn Kinh Thánh trong những trang sách này để kêu gọi dân sự Ngài trở về với sự phù hợp, sự tinh khiết và sự liên kết thiêng liêng. Những lời này mang hương thơm của những mùa ẩn giấu, những lời cầu nguyện thì thầm, và sự vâng phục đầu hàng—không phải để gây ấn tượng, mà để biến đổi.

Khi bạn bắt đầu hành trình này, chúng tôi mời bạn đọc chậm rãi.
Dừng lại. Suy ngẫm. Hãy để Thánh Linh thổi hơi vào từng dòng chữ và xuyên qua chúng. Hãy để Ngài soi sáng ngọn núi, tiếng nói, nhiệm vụ và bàn thờ của bạn.

Nếu những trang này giúp bạn định hình lại trái tim, đánh thức những gì Chúa đặt để trong bạn hoặc đưa bạn đến gần hơn với mục đích của Ngài, thì nhiệm vụ đã hoàn thành. Cuộc hành trình bắt đầu—ở đây, ngay bây giờ, với Ngài.

GIỚI THIỆU

Mỗi thế hệ đều nhận được một lời mời gọi thiêng liêng—một cơ hội để dừng lại, lắng nghe và trở về với nhịp đập trái tim của Chúa. Chúng tôi tin rằng cuốn sách này là một phần của lời mời gọi đó. Trong một thế giới đang lao nhanh về phía tiếng ồn, tốc độ, áp lực và hiệu suất, Thánh Linh của Chúa đang kêu gọi dân Ngài trở về với sự đồng điệu, bản sắc, sự sáng suốt và sự đầu phục. Ngài kêu gọi chúng ta bước đi không phải như những người chứng kiến Vương quốc mà là những người tham gia—được tinh luyện bởi lửa, neo chặt trong chân lý, vững vàng trong sự im lặng, và sống động với công việc đã hoàn tất của Đấng Christ.

Tập sách này tập hợp bốn thông điệp được sinh ra vào những thời điểm khác nhau, nhưng lại giao tiếp với nhau một cách thống nhất đáng kinh ngạc. **Mỗi thông điệp hé lộ một chiều kích hình thành tâm linh mà các tín đồ không thể bỏ qua.**

Trong "Lửa Muối", chúng ta đối diện với định nghĩa của Thiên Đàng về sự liên quan. Lửa thử thách những gì chúng ta xây dựng, tinh luyện những gì chúng ta mang theo, và chứng minh những gì chúng ta tuyên xưng. Chính qua lửa, sự vâng phục trở nên có giá trị và mục đích trở nên trong sạch.

Trong "Kho Báu Ẩn Giấu Trong Bạn", chúng ta cùng nhau khám phá Ê-phê-sô chương 1—một trong những chương Kinh Thánh phong phú nhất về bản sắc. Chúng ta được nhắc nhở rằng trước khi trái đất biết đến chúng ta, Thiên Đàng đã đặt tên, chọn lựa, ấn chứng và chuẩn bị cho chúng ta một cuộc sống vinh quang.

Trong "Cuộc Chiến Thầm Lặng", chúng ta khám phá chiến trường của sự im lặng – những hiểm nguy, sự chữa lành, quyền năng tâm linh, và khả năng định hình vận mệnh của nó khi được vận dụng một cách khôn ngoan. Không phải sự im lặng nào cũng thánh thiện, và không phải lời nói nào cũng là chiến thắng. Sự sáng suốt trở nên thiết yếu.

Trong bài "Mọi Sự Đã Hoàn Tất", chúng ta trở về với nền tảng của mọi sự: Thập Tự Giá. Chúng ta tái khám phá rằng không bàn thờ nào do nỗ lực con người dựng nên có thể sánh được với bàn thờ do chính Đức Chúa Trời dựng nên trên đồi Calvary. Từ công trình đã hoàn tất ấy tuôn chảy một cuộc sống được biến đổi—một cuộc sống trở thành bàn thờ sống động bất cứ nơi nào chúng ta đến.

Mặc dù mỗi thông điệp đứng riêng lẻ, nhưng khi kết hợp lại, chúng tạo thành một quỹ đạo chuyển đổi duy nhất.

Chúng đưa chúng ta từ **sự tinh tế đến bản sắc, từ sự sáng suốt đến sự đầu hàng.**

Họ dạy chúng ta cách đo lường thành công một cách đúng đắn, sống mạnh dạn như báu vật của Chúa, điều hướng sự im lặng bằng sự khôn ngoan và bước đi hằng ngày như những người mang công trình đã hoàn thành của Chúa Kitô. Lời cầu nguyện của chúng tôi là khi bạn đọc những trang sách này, bạn sẽ không chỉ gặp được thông tin, mà còn được truyền đạt. Xin Chúa Thánh Linh soi sáng ngọn núi ảnh hưởng của bạn, chữa lành những nơi ẩn giấu, thắp lên ngọn lửa nội tâm, đánh thức thẩm quyền của bạn, và đưa bạn vào mối tương giao sâu sắc hơn với Chúa Kitô.
Đây không chỉ là việc đọc.
Đây là sự sắp xếp lại. Đây là sự tái khám phá. Đây là sự tinh lọc. Đây là sự hồi sinh bắt đầu từ trong trái tim.

Chúng ta hãy cùng nhau bước vào hành trình này—với tấm lòng rộng mở, ý chí đầu phục, và sẵn sàng thưa rằng: "Lạy Chúa, xin hãy đặt con vào đúng mục đích của Ngài. Xin hãy cho con được nếm trải ngọn lửa của Ngài. Xin hãy bày tỏ kho báu Ngài đã đặt để trong con. Xin hãy dạy con biết khi nào nên nói, khi nào nên im lặng, và biết sống trước mặt Ngài như một bàn thờ thánh."

Những trang tiếp theo không phải là kết thúc của tiếng nói của Chúa mà là khởi đầu cho phản ứng của bạn.

Muối bởi Lửa trên 7 Ngọn Núi với 14 Câu Chuyện— Trở nên Liên Quan đến Sự Gia Tăng của Đức Chúa Trời

liên kết podcast
https://open.spotify.com/episode/0gPh88rNOvNOlMjluyc56G

Liên kết Youtube https://youtu.be/ygyB-4NAGzc?si=-AdzucG6Y7yK30IU

GIỚI THIỆU: Đo lường thành công bằng lửa

Sáng nay, khi tôi suy ngẫm về cách chúng ta đo lường thành công hay thất bại của những nỗ lực trong cuộc sống, Chúa bắt đầu khơi dậy thông điệp này—Được Rắc Muối bởi Lửa. Chúng ta đang tiến gần đến cuối năm, mùa mà nhiều người bắt đầu kiểm điểm lại cuộc sống của mình: "Đây là một năm thành công hay thất bại?" Đối với một số người, thước đo là tài chính. Đối với những người khác, đó là sự tiến bộ rõ rệt, sự thăng tiến, hay những lời khen ngợi. Nhưng đối với những người đang bước đi trên con đường mục đích thiêng liêng, thành công không thể được đo lường bằng số lượng, lượt thích, hay tốc độ. Nó phải được đo lường bằng sự đồng điệu—về việc những gì chúng ta đang làm phản ánh những gì Cha đang làm đến mức nào.

Khi nhìn vào cuộc đời của Chúa Giê-su, chúng ta thấy Ngài đã thu hút vô số người ở khắp mọi nơi Ngài đến, nhưng vào cuối chức vụ trên đất của Ngài—sau ba năm rưỡi rao giảng, chữa lành, dạy dỗ và làm phép lạ—Ngài chỉ để lại 120 môn đồ trong phòng cao. Theo tiêu chuẩn của con người, điều đó có thể trông giống như một sự thất bại. Nhưng thiên đàng đã đánh giá nó theo cách khác. 120 người đó đã trở thành nền tảng của một Vương quốc không ngừng phát triển trong hơn hai ngàn năm. Tác động thực sự của sự vâng phục của Chúa Giê-su không phải là ngay lập tức—nó đã diễn ra sau ngọn lửa của sự chết, sự chôn cất và sự phục sinh. Vì nếu hạt lúa mì không rơi xuống đất và chết đi, thì nó cứ ở một mình; nhưng nếu nó chết đi, nó sẽ sinh ra nhiều bông trái (Giăng 12:24).

Đây chính là sự mầu nhiệm về sự liên quan thiêng liêng—những gì trông có vẻ bị chôn vùi thường là những gì Chúa đang xây dựng. Nhiều anh hùng trong Hê-bơ-rơ 11 "chưa nhận được điều đã hứa", nhưng thiên đàng đã ghi tên họ vào lòng những người trung tín. Họ đã được tôi luyện bằng lửa—được thử thách, tinh luyện, và trở nên quan trọng vượt xa cuộc đời họ. Thành công trong Vương quốc không phải là sự tán thưởng của loài người mà là sự chấp thuận của Chúa. Nó không nằm ở những gì thấy được ngay lập tức mà ở những gì tồn tại mãi mãi.

Vậy nên, khi năm nay sắp kết thúc, Chúa đang kêu gọi chúng ta thay đổi góc nhìn. Đừng chỉ đếm thành tựu—hãy cân nhắc sự liên kết của bạn. Đừng chỉ đánh giá sự tiến bộ—hãy thử thách sự trong sạch của bạn bằng lửa. Dù trong chức vụ, sự nghiệp, việc nuôi dạy con cái, kinh doanh hay ơn gọi, thành công đích thực là khi những gì bạn đang làm đồng bộ với những gì Cha đang làm. Đó là nơi sự gia tăng đến. Đó là nơi ngọn lửa được tinh luyện, sự liên quan được sinh ra, và câu chuyện của bạn trở thành một phần trong câu chuyện vĩnh cửu của Chúa.

CHUYỂN ĐỔI: Từ phản ánh đến tinh chỉnh

Khi chúng ta hiểu rằng thành công đích thực không được đo lường bằng kết quả tức thời mà bằng sự liên quan vĩnh cửu, thì chúng ta bắt đầu thấy rằng ngọn lửa tinh luyện của Chúa không phải là hình phạt—mà là sự chuẩn bị. Mọi lĩnh vực ảnh hưởng mà Ngài kêu gọi chúng ta—dù trong đức tin, gia đình, giáo dục, chính phủ, truyền thông, nghệ thuật hay kinh doanh—đều là một ngọn núi phải được leo lên, thanh tẩy và phục hồi cho vinh quang của Ngài. Mỗi ngọn núi này đều mang trong mình sức ảnh hưởng, và mỗi sức ảnh hưởng đều phải trải qua lửa để trở nên hữu ích cho Vương quốc. Thánh Linh của Chúa bắt đầu thì thầm: "Ta đang nuôi dưỡng một thế hệ không chỉ đứng trên bảy ngọn núi mà còn được ướp muối bằng lửa." Đây là những người nam và người nữ sẽ không thỏa hiệp khi thử thách đến – những người hiểu rằng lửa không hủy diệt những gì thiêng liêng; nó chỉ phơi bày và củng cố những điều đó. Thành công của họ sẽ không nằm ở sự hiện diện của họ, mà nằm ở sự đồng điệu với ý muốn của Cha .

Giống như sự phục sinh của Chúa Giê-su đã trở thành bằng chứng cho sự liên quan thiêng liêng của Ngài, thì những thử thách của bạn cũng sẽ trở thành bằng chứng cho sự biến đổi của bạn. Ngọn lửa tinh luyện của Đức Chúa Trời là lối đi dẫn đến tác động lâu dài. Mọi sự kêu gọi đều phải trải qua thử thách trước khi được trao vương miện. Và giống như những anh hùng đức tin trong Hê-bơ-rơ 11 đã đứng vững—ngay cả khi họ không nhận được lời hứa—họ nhắc nhở chúng ta rằng lòng trung tín trong lửa chính là điều mà thiên đàng gọi là thành công.

Vậy nên, khi chúng ta bước vào sứ điệp này— **Được Muối Bởi Lửa Trên Bảy Ngọn Núi** —chúng ta sẽ khám phá mười bốn câu chuyện đầy sức mạnh về những tín đồ đã đối mặt với ngọn lửa trong phạm vi ảnh hưởng của họ và trở nên phù hợp với sự gia tăng của Đức Chúa Trời. Những câu chuyện này không chỉ là lời chứng; chúng là những khuôn mẫu. Qua sự vâng lời của họ, chúng ta sẽ khám phá ra rằng con đường gia tăng không phải lúc nào cũng hướng lên trên—mà là hướng nội và hướng về Đức Chúa Trời . Bởi vì khi ngọn lửa của Cha chạm đến nhiệm vụ của bạn, sự phù hợp của bạn sẽ tồn tại lâu hơn cả cuộc đời bạn.

Kinh Thánh chính

1 Cô-rinh-tô 3:6–15 — "Tôi trồng, A-bô-lô tưới, nhưng Đức Chúa Trời đã làm cho lớn lên… công việc của mỗi người sẽ được tỏ ra trong lửa."

Mác 9:49 — "Mỗi người sẽ bị muối bằng lửa."

Giăng 5:19 — "Con chẳng tự mình làm được việc gì, nhưng chỉ làm điều gì Con thấy Cha làm."

Ga-la-ti 5:16 — "Hãy bước đi theo Thánh Linh, thì anh em sẽ không làm trọn những điều ham muốn của xác thịt."

1- Mệnh lệnh gia tăng của Chúa

Phao-lô trồng, A-bô-lô tưới,
nhưng chỉ có Đức Chúa Trời mới làm cho lớn lên.

Điều đó có nghĩa: chiến lược mà không có Thánh Linh đồng nghĩa với trì trệ.
Chúng ta có thể trồng trọt và tưới nước—nhưng chính thiên đàng mới thổi hồn vào những gì chúng ta làm. Chìa khóa là sự đồng điệu: làm những gì Cha đang làm.
Giăng 5:19: "Con chẳng tự mình làm được việc gì, nhưng chỉ làm điều gì Con thấy Cha làm."
Chúa Giê-su có hiệu quả không phải vì Ngài bận rộn, mà vì Ngài luôn sắp xếp.

2 – Lửa: Người tinh luyện sự liên quan

Chúa Giê-su phán: "Mọi người sẽ bị muối bằng lửa." Lửa thanh tẩy, phơi bày động cơ và bảo tồn sự liên quan về mặt tâm linh.
Một số tín đồ có tài năng nhưng lại vô dụng vì họ tránh lửa - sự thử thách để khám phá mục đích.
Chúa dùng lửa không phải để hủy diệt chúng ta, mà để tôi luyện chúng ta - loại bỏ bản ngã, lòng kiêu ngạo và sự xao lãng.
Ngọn lửa thiêu rụi rơm rạ cũng chính là ngọn lửa tinh luyện vàng.
Sự khác biệt nằm ở bản chất.

3 – Muối bằng lửa trên 7 ngọn núi với 14 tầng được sắp xếp lại

Núi 1: ĐỨC TIN — Tinh luyện ngọn lửa của Bộ

Câu chuyện 1 trong 14: Mục sư từ bỏ bục giảng

Một nhà truyền giáo trẻ tuổi đã thu hút được một lượng lớn người theo dõi trên mạng xã hội. Chức vụ của ông phát triển nhanh chóng, nhưng sự gần gũi với Chúa của ông lại suy yếu. Một ngày nọ, Chúa phán: "Con có chịu bỏ đám đông để tìm đám mây của Ta không?"

Ông im lặng suốt sáu tháng. Nhiều người đã quên ông—nhưng trong thời gian ẩn dật đó, Chúa đã tinh luyện ông. Khi ông trở lại, lời nói của ông mang theo lửa và quyền năng, chứ không chỉ những người theo ông.

Bài học: Đôi khi Chúa ẩn giấu bạn để chữa lành cho bạn. Sự liên quan bắt đầu từ nơi bí mật.

Câu chuyện 2 trong 14: Nhà truyền giáo ở lại khi những người khác rời đi

Trong một cuộc nổi loạn chính trị, hầu hết các nhà truyền giáo đã chạy trốn khỏi một vùng nào đó ở châu Phi. Chỉ có một người phụ nữ ở lại - liều mạng sống hàng ngày để chăm sóc trẻ mồ côi. Khi hòa bình lập lại, tổng thống nước này đã công khai vinh danh bà. Ngôi trường của bà hiện đang đào tạo hàng ngàn người.

Bài học: Đức tin không được thử thách bằng sự tiện lợi, mà bằng niềm tin. Sự vâng lời của bà đã làm bà gia tăng.

Núi 2: GIA ĐÌNH — Thanh lọc bằng lửa cho di sản

Câu chuyện 3 trong 14: Người Cha Xin Lỗi

Một người cha vốn xa cách và độc đoán đã nghe được sứ điệp về việc bước đi trong Thánh Linh. Cảm thấy bị thuyết phục, ông khóc trước mặt các con đã trưởng thành và cầu xin sự tha thứ. Đêm đó, căng thẳng kéo dài hàng thập kỷ đã tan vỡ. Sự khiêm nhường của ông đã khôi phục sự hiệp nhất và noi gương tình yêu thương của Chúa Kitô.
Bài học: Ngọn lửa ăn năn thanh lọc các mối quan hệ nhanh hơn nhiều năm im lặng đầy kiêu hãnh.

Câu chuyện 4 trong 14: Cặp đôi chờ đợi

Một cặp đôi trẻ cảm thấy áp lực phải kết hôn nhanh chóng, nhưng cả hai đều cảm thấy thời điểm này chưa thích hợp. Họ chờ đợi và tận dụng khoảng thời gian đó để trưởng thành về mặt tâm linh. Khi cuối cùng họ kết hôn, sự kết hợp của họ đã trở thành một trung tâm cố vấn cho các tín đồ trẻ.
Bài học: Khi bạn để Thánh Linh, chứ không phải cảm xúc, dẫn dắt các mối quan hệ của bạn, Chúa sẽ ban sự gia tăng.

Núi 3: GIÁO DỤC — Khai sáng thông qua sự tinh tế

Câu chuyện 5 trong 14: Cô giáo thay đổi chương trình giảng dạy

Một giáo viên Cơ Đốc nhận ra rằng tài liệu học tập của trường mình đã vô tình xóa bỏ Chúa khỏi các bài học khoa học. Thay vì bỏ cuộc, cô bắt đầu lồng ghép các nguyên tắc Kinh Thánh về sự kỳ diệu, quản lý và sáng tạo vào bài giảng. Sự tò mò và thành tích của học sinh cô tăng vọt.
Bài học: Ngọn lửa của niềm tin có thể thổi bùng sự chuyển đổi ở nơi mà sự thỏa hiệp từng ngự trị.

Câu chuyện 6 trong 14: Vị giáo sư liều lĩnh đánh mất chức vụ của mình

Tại một trường đại học thế tục, một giáo sư đã đứng lên bảo vệ chân lý về các vấn đề đạo đức. Ông bị chế giễu, bị đe dọa đuổi việc—nhưng lòng dũng cảm của ông đã truyền cảm hứng cho sinh viên tìm kiếm đức tin. Ngày nay, ông dẫn đầu một phong trào toàn cầu đào tạo các nhà giáo dục về học tập dựa trên giá trị.
Bài học: Lửa bộc lộ lòng dũng cảm. Khi sự thật khiến bạn mất đi sự thoải mái, sự liên quan mới bắt đầu.

Núi 4: CHÍNH PHỦ — Sự trong sạch ở nơi quyền lực

Câu chuyện 7 trong 14: Chính trị gia từ chối nhận hối lộ

Một nhà lập pháp Cơ Đốc giáo được đề nghị hàng triệu đô la để gây ảnh hưởng đến một dự luật. Ông đã từ chối, trích dẫn lời Joseph: "Làm sao tôi có thể làm điều xấu xa này và phạm tội với Chúa?" Việc vạch trần sự tham nhũng đó đã dẫn đến cải cách quốc gia, và ông trở thành biểu tượng của sự chính trực.

Bài học: Khi lửa thử thách lòng chính trực, lập trường của bạn sẽ trở thành nền tảng.

Câu chuyện 8 trong 14: Viên chức cầu nguyện cho thành phố

Một tín đồ thầm lặng trong văn phòng quy hoạch thành phố đã bắt đầu các buổi cầu nguyện hàng tuần. Theo thời gian, tỷ lệ tội phạm giảm xuống, nạn tham nhũng trong lãnh đạo bị phơi bày, và sự phát triển của thành phố trở nên thịnh vượng. Vị thị trưởng ca ngợi "những thế lực tâm linh tốt lành".
Bài học: Sự cầu bầu thầm lặng định hình sự chuyển biến của xã hội. Cầu nguyện là ngọn lửa thanh tẩy trong quản trị.

Núi 5: TRUYỀN THÔNG — Tinh lọc để có ảnh hưởng chân lý

Câu chuyện 9 trong 14: Phóng viên không muốn thêu dệt câu chuyện

Một nhà báo được lệnh bóp méo một bản tin bầu cử để có lợi cho một ứng cử viên. Cô từ chối và bị sa thải. Vài tháng sau, sự thật được phơi bày - chính trực đã giúp cô có được một vị trí quan trọng trong một mạng lưới Cơ đốc giáo toàn cầu.
Bài học: Hỏa hoạn có thể khiến bạn mất việc, nhưng nó không bao giờ có thể cướp đi số phận của bạn.

Câu chuyện 10 trong 14: Nhà làm phim đã cứu rỗi nghề của mình

Một đạo diễn phim từng nổi tiếng với những bộ phim kinh dị đen tối đã gặp Chúa Kitô. Chúa phán với ông: "Hãy dùng ân tứ của con để soi sáng." Ông đã sản xuất một bộ phim về sự cứu chuộc, thu hút hàng triệu người xem trên toàn thế giới và mở ra cánh cửa đến với các hãng phim lớn.
Bài học: Khi ngọn lửa của Chúa chạm đến sự sáng tạo của bạn, nghệ thuật của bạn sẽ trở thành mục vụ.

Núi 6: NGHỆ THUẬT & GIẢI TRÍ — Tài năng được thanh lọc, Tác động tiên tri

Câu chuyện 11 trong 14: Nữ ca sĩ mất giọng hát

Một nghệ sĩ nhạc Phúc Âm đã mất giọng hát trong một năm. Các bác sĩ nói rằng cô ấy có thể sẽ không bao giờ hát được nữa. Trong mùa thinh lặng đó, cô ấy đã học cách thờ phượng mà không cần biểu diễn. Khi giọng hát của cô ấy trở lại, những bài hát của cô ấy mang sức mạnh chữa lành.
Bài học: Đôi khi Chúa làm bạn im lặng để củng cố tinh thần bạn.

Câu chuyện 12 trong 14: Người họa sĩ nhìn thấy thiên đường bằng màu sắc

Một họa sĩ từng vẽ tranh vì danh vọng. Sau một bi kịch cá nhân, ông gặp Chúa Kitô và bắt đầu vẽ những hình ảnh tiên tri về hy vọng. Nghệ thuật của ông hiện đang gây quỹ cho các trại trẻ mồ côi trên khắp thế giới.
Bài học: Lửa biến kỹ năng thành sự phục vụ. Nghệ thuật đích thực bộc lộ tấm lòng của Chúa.

Núi 7: KINH DOANH & KINH TẾ — Lợi nhuận tinh khiết, Thịnh vượng Vương quốc

Câu chuyện 13 trong 14: Vị CEO chọn Kingdom thay vì Cash

Một CEO phải lựa chọn giữa một vụ sáp nhập vi phạm đạo đức và một mối quan hệ đối tác nhỏ hơn tôn vinh Chúa. Ông đã chọn sự chính trực. Chỉ trong vài năm, công ty của ông đã phát triển vượt xa những gì một thương vụ lớn hơn có thể mang lại.
Bài học: Sự trong sạch thu hút lợi nhuận thần thánh. Doanh nghiệp được thử lửa sẽ tồn tại mãi mãi.

Câu chuyện 14 trong 14: Nhân viên trở thành nhà tài chính của Vương quốc

Một kế toán viên cấp thấp bắt đầu dâng hiến và hy sinh cho phúc âm. Chúa đã khơi nguồn ý tưởng và thúc đẩy ông cho đến khi ông trở thành một nhà đầu tư lớn tài trợ cho các sứ mệnh truyền giáo trên toàn cầu.
Bài học: Ngọn lửa đức tin trong sự dâng hiến sẽ tạo nên sự gia tăng vinh quang.

Ngọn lửa khiến bạn trở nên có liên quan

Hỡi anh chị em yêu dấu, khi chúng ta đã hành trình qua bảy ngọn núi và mười bốn tầng lầu, một chân lý vang lên rõ ràng — ngọn lửa của Chúa không phải là kẻ thù của bạn; mà chính là sự tạo dựng của bạn. Mỗi người Chúa từng sử dụng đều được tinh luyện trước hết bởi lửa. Ngọn lửa thiêu đốt xác thịt cũng chính là ngọn lửa sinh ra bông trái thiêng liêng. Không có thập tự giá, sẽ không có sự phục sinh; không có sự tinh luyện, sẽ không có ý nghĩa gì.
Khi Chúa Giê-su bị treo trên thập tự giá, dường như đó là một thất bại - đám đông đã tản mác, các phép lạ đã kết thúc,

và ngay cả các môn đồ của Ngài cũng tản mác. Nhưng bên kia ngọn lửa ấy là vinh quang của sự phục sinh và sự ra đời của một Vương quốc không ngừng phát triển. Điều tưởng chừng như một kết thúc thực ra lại là một sự tinh luyện - một sự chuyển đổi từ tầm nhìn sang tác động vĩnh cửu. cũng vậy . Ngọn lửa bạn đang bước qua không phải để hủy diệt bạn mà để phân biệt bạn. Áp lực, sự cắt tỉa, sự chờ đợi - tất cả đều là Thiên Đàng đang chuẩn bị cho bạn một sự kết trái lớn lao hơn. Thước đo thành công của Chúa không phải là bạn vươn lên nhanh như thế nào, mà là bạn kiên trì chịu đựng đến mức nào. Không phải là có bao nhiêu người tán dương bạn, mà là có bao nhiêu cuộc đời được biến đổi nhờ sự vâng lời của bạn.

Thế gian ca ngợi những con số; Thiên Đàng ca ngợi sự vâng phục. Thế gian đếm kết quả; Chúa cân nhắc động cơ. Thế gian khen thưởng tốc độ; Chúa tôn vinh sự đồng bộ. Vậy nên, khi năm nay sắp kết thúc, đừng chỉ hỏi: "Mình đã thành công chưa?" — hãy hỏi: "Mình đã đồng bộ chưa?". Bởi vì khi bước chân bạn đồng điệu với ý muốn của Cha , sự gia tăng là điều tất yếu.

Hãy để lời này là tiếng kêu từ trái tim bạn: “Lạy Chúa, xin hãy hun nóng con bằng lửa của Ngài. Xin thiêu rụi xác thịt. Xin hãy đặt con vào đúng mục đích của Ngài. Xin hãy khiến con xứng đáng với sự gia tăng của Ngài.” Bởi vì chỉ những gì sống sót sau ngọn lửa mới có thể tỏa sáng mãi mãi.

4 – 7 CÂU HỎI SUY NGẪM ĐỂ XEM XÉT TÔI CÓ ĐÚNG HAY KHÔNG

1. Tôi được kêu gọi tác động đến “ngọn núi” nào?

2. Tôi đang mất cân bằng ở đâu—vị trí, mối quan hệ hay mục đích?
3. Ngọn lửa đã phơi bày động cơ hoặc hành động của tôi như thế nào?
4. Tôi đang xây dựng điều gì mà Chúa Cha không xây dựng?
5. Tôi đã trì hoãn sự vâng lời nào?
6. Làm sao tôi có thể mời Chúa Thánh Linh quay trở lại quá trình ra quyết định của mình?
7. Ai sẽ được lợi ích vĩnh viễn từ sự vâng lời của tôi?

5 – TÔI PHẢI LÀM GÌ ĐỂ CĂN CHỈNH LẠI ỨNG DỤNG: Bảy bước để căn chỉnh lại

1. Dừng lại và lắng nghe – Làm im lặng tiếng ồn; hãy hỏi: "Lạy Chúa, con đang ở đâu?"
2. Ăn năn và buông bỏ – Hãy buông bỏ những người, địa điểm và mục tiêu không phù hợp.
3. Xem lại bài tập của bạn – Ban đầu Chúa kêu gọi bạn làm gì?
4. Cam kết vâng lời – Hãy nói "có" một lần nữa với sự hướng dẫn của Ngài.
5. Xây dựng lại bằng sự trong sạch – Đừng vá víu; hãy bắt đầu lại bằng sự thánh thiện.
6. Thắp lại ngọn lửa – Hãy cầu nguyện trong Thánh Linh mỗi ngày; giữ cho ngọn lửa của bạn luôn cháy.
7. Chạy đúng làn đường của bạn – Hãy tập trung vào nơi Chúa đã đặt bạn; sự phát triển đang đến.

6 – TUYÊN BỐ LIÊN KẾT

Lạy Cha, con cảm tạ Cha vì ngọn lửa tinh luyện của Đức Thánh Linh.
Hôm nay, con xin dâng hiến tất cả những ngọn núi của con—đức tin, gia đình, công việc kinh doanh, giáo dục, phương tiện truyền thông, nghệ thuật và chính phủ—trở lại cho Ngài.
Xin thiêu đốt xác thịt, lòng kiêu hãnh và những xao lãng đang hạn chế sự gia tăng của Ngài trong đời sống con.
Xin thanh tẩy động lực con, định vị lại bước chân con, và khơi dậy lại niềm đam mê mục đích trong con.
Tôi không còn bị dẫn dắt bởi sự thoải mái mà bởi tiếng gọi.
Tôi không còn bị thúc đẩy bởi tham vọng mà bởi nhiệm vụ.
Nơi nào tôi lạc lõng, xin hãy sắp xếp lại.
Nơi nào tôi chậm trễ, xin hãy thúc đẩy tôi. Nơi nào tôi sa ngã, xin hãy phục hồi tôi.
Tôi tuyên bố rằng tôi sẽ được ướp muối bằng lửa,
được tinh lọc để có sự liên quan và được định vị để đạt đến sự gia tăng thiêng liêng.
Công việc của tôi sẽ vượt qua thử thách.
Danh tôi sẽ tôn vinh Chúa Giê-su. Ngọn núi của tôi sẽ tiết lộ Vương quốc của Ngài.
Từ ngày hôm nay, tôi bước đi trong sự đồng điệu thiêng liêng.
Tôi thấy những gì Chúa Cha đang làm—và tôi đồng hành cùng Ngài.
Nhân danh Chúa Jesus — Amen!

LỜI CẦU NGUYỆN KẾT THÚC RỒNG ...

Lạy Chúa, Chúa là Lửa của Đấng Luyện Luyện.
Chạm đến mọi khía cạnh trong cuộc sống của chúng ta—
đức tin, gia đình, thành phố và ơn gọi của chúng ta.
Xin hãy điều chỉnh trái tim chúng con theo nhịp điệu của
Thiên Đàng.
Xin giải thoát chúng con khỏi tinh thần lệch lạc và xao lãng.
Hãy nuôi dưỡng những nhà cải cách cho mọi ngọn núi—
những nhà tiên tri trên bục giảng, những người như Đa-ni-
ên trong chính phủ,
những người như Đê-bô-ra trong gia đình, những người như
Giô-sép trong kinh doanh và những người như Ê-xơ-tê
trong văn hóa.
Xin Chúa giáng xuống lần nữa—thanh tẩy thế hệ chúng con,
khơi dậy sự phục hưng tại nơi làm việc và giải phóng sự gia
tăng trong sự vâng lời của chúng con.
Nguyện tên tuổi chúng con vang vọng muôn đời như những
người đã xây dựng bằng đức tin bất khuất. Xin hãy
muối mặn chúng con, tinh luyện chúng con, và sai chúng con
đi như những tiếng nói của sự liên quan và phục hưng.
Nhân danh quyền năng của Chúa Giê-su — Amen!

KHO BÁU ẨN TRONG BẠN
Hành trình qua Ê-phê-sô 1 trong 12 bài học

Liên kết YouTube https://youtu.be/UGL1-OcjsQg?si=fJ2WLR0bIZspz0g7

Liên kết podcast
https://open.spotify.com/episode/0Bg7sE8CESYyR4qSTvzKtm

Có những lúc Chúa kêu gọi chúng ta dừng lại, suy ngẫm và trở về với nền tảng đức tin của mình—không phải để tìm hiểu thông tin mà là để **thức tỉnh** . Ê-phê-sô chương 1 là một trong những nền tảng đó. Chương này không hề tầm thường. Nó là một **kho tàng** , một **kho tàng** , một **tấm gương** phản chiếu con người thật của chúng ta trong Đấng Christ.

Khi tôi đọc Ê-phê-sô chương 1, Đức Thánh Linh bắt đầu mở ra chương sách như những lớp báu vật. Mỗi câu đều mang trọng lượng. Mỗi dòng đều mang bản sắc. Mỗi cụm từ đều mang vận mệnh.

Hôm nay, tôi chia sẻ với bạn **12 bài học biến đổi cuộc đời** từ Ê-phê-sô 1 — chứa đầy lẽ thật, lời chứng, sự mặc khải và lời chỉ dẫn tiên tri — để đánh thức kho báu mà Chúa đã giấu kín bên trong bạn từ trước khi thời gian bắt đầu.

Đây không chỉ là một bài học. Đây là một **lời ủy thác** . Đây là lời kêu gọi trở về với bản sắc, mục đích, thẩm quyền và trách nhiệm quốc gia.

BÀI HỌC 1 TRONG 12 BÀI — BẠN ĐÃ ĐƯỢC BIẾT TỪ TRƯỚC KHI TRÁI ĐẤT TỒN TẠI

Paul bắt đầu:

"Từ lâu trước khi đặt nền trái đất, Ngài đã nghĩ đến chúng ta…"

— Ê-phê-sô 1:4 (MSG)

Chính Chúa đã phán với Giêrêmia:

"Trước khi tạo nên ngươi trong lòng mẹ, Ta đã biết ngươi."

— Giê-rê-mi 1:5

Trước khi mặt trời mọc lần đầu tiên… trước khi núi non xuất hiện… trước khi đại dương tồn tại… **Chúa đã biết bạn.**

Bạn không phải là một phản ứng. Bạn là ý định của Ngài.

Trong tâm trí Chúa, bạn già hơn cả trái đất.

Giống như nhà điêu khắc đã nói, "Bức tượng luôn nằm bên trong đá, tôi chỉ vừa mới hé lộ nó ra," Chúa đã nhìn thấy *bạn* trước khi Ngài tạo nên bạn.

Hoạt động:

Hãy nói mỗi ngày: **"Tôi đã tồn tại trong Chúa trước khi tôi hiện hữu trên trái đất."**

BÀI HỌC 2 TRONG 12 BÀI — BẠN ĐƯỢC CHỌN, KHÔNG PHẢI ĐƯỢC DUNG THỨ

Paul nói:

"Ngài đã quyết định nhận chúng ta làm con nuôi… Ngài vui mừng biết bao khi hoạch định điều này!"
— Ê-phê-sô 1:5
Chúa Giêsu xác nhận:
"Không phải các con đã chọn Ta, nhưng chính Ta đã chọn các con."
— Giăng 15:16
Cuộc đời bạn không phải là một sự tình cờ. Chúa không hề mắc kẹt với bạn. Bạn không phải là một sự bất tiện; bạn là một niềm vui.
Có lần, một người cha đi ngang qua một trung tâm nhận con nuôi và chọn một đứa trẻ mà mọi người khác đều bỏ qua. Khi được hỏi tại sao, ông trả lời: "Vì trái tim tôi hướng về con bé." Đó chính là cách Chúa cảm nhận về bạn.
Hoạt động:
Hãy tuyên bố: **"Tôi được Chúa chọn. Tôi không bị dung thứ, tôi được khao khát."**

BÀI HỌC 3 TRONG 12 BÀI — BẠN RẤT TỰ DO

Phao-lô viết:
"Chúng ta là dân tự do—không phải chỉ tự do một phần, mà là tự do dư dật!"
— Ê-phê-sô 1:7
Chúa Giêsu nói thêm:
"Nếu Con giải phóng các ngươi, thì các ngươi thật sự được tự do."
— Giăng 8:36
Sự tự do thực sự không phải là sự vắng bóng của xiềng xích; mà là sự hiện diện của công trình đã hoàn tất của Chúa Kitô.

Tôi từng nghe kể về một người đàn ông được thả khỏi tù sau nhiều thập kỷ ngồi tù. Vậy mà mỗi sáng, ông ta lại ngồi ngoài cổng nhà tù cũ, bởi vì, mặc dù thân xác được tự do, nhưng tâm trí vẫn bị xiềng xích. Nhiều tín đồ sống như vậy - **tự do về mặt pháp lý, nhưng lại bị ràng buộc về mặt tinh thần** .

Hoạt động:
Hãy xác định một lời nói dối, một nỗi sợ hãi, hoặc một sự xấu hổ đang trói buộc bạn. Thay thế nó bằng một câu Kinh Thánh cụ thể từ Lời Chúa. Hãy nói sự thật đó với chính mình mỗi ngày.

BÀI HỌC 4 TRONG 12 BÀI — CHÚA ĐÃ CUNG CẤP MỌI THỨ TRƯỚC KHI BẠN CẦN BẤT CỨ ĐIỀU GÌ

Paul nói:
"Ngài đã nghĩ đến mọi sự, cung cấp mọi thứ chúng ta có thể cần…"
— Ê-phê-sô 1:8
Chúa Giêsu xác nhận:
"Cha các ngươi biết các ngươi cần gì trước khi các ngươi cầu xin Ngài."
— Ma-thi-ơ 6:8
Trước khi bạn bước vào ơn gọi, Chúa đã chuẩn bị sẵn nguồn lực. Trước khi nhiệm vụ được giao, thiên đàng đã chất đầy kho hàng.

Giống như một người cha lập quỹ tín thác từ lâu trước khi đứa con hiểu được giá trị của quỹ, Chúa đã chuẩn bị mọi thứ cho bạn trước khi bạn biết mục đích của mình.

Hoạt động:

Hãy thay đổi đời sống cầu nguyện của bạn. Thay vì cầu xin trong sợ hãi, hãy bắt đầu cảm tạ Chúa trong đức tin: **"Lạy Cha, con cảm tạ Cha vì trong Đấng Christ, Cha đã chu cấp mọi điều con cần cho cuộc sống và sự tin kính."** Sau đó, hãy cầu xin Ngài cách sử dụng những gì bạn đang có.

BÀI HỌC 5 TRONG 12 BÀI — MỤC ĐÍCH LÀ KHO BÁU; BẠN PHẢI ĐÀO ĐỂ TÌM NÓ

Paul tiết lộ:

"Ngài cho chúng ta biết về những kế hoạch mà Ngài rất vui thích thực hiện."

— Ê-phê-sô 1:9

Chúa Giêsu dạy:

"Nước Thiên Đàng giống như kho báu chôn giấu trong một cánh đồng…"

— Ma-thi-ơ 13:44

Kho báu không bao giờ nằm trên bề mặt. Không phải vàng. Không phải kim cương. Không phải số phận.

Nếu bạn muốn những gì thiên đường ẩn giấu bên trong bạn, bạn phải đào sâu. Bạn phải cầu nguyện, ăn chay, cầu xin, tìm kiếm, gõ cửa. Mục đích trả lời cho sự theo đuổi. Những người tìm kiếm thông thường hiếm khi tìm thấy kho báu vĩnh cửu.

Hoạt động:
Hãy dành ít nhất 20 phút mỗi ngày để cầu nguyện trong yên lặng và lắng nghe. Hãy hỏi: **"Lạy Chúa, Ngài đang chỉ cho con điều gì về nhiệm vụ của con?"** Hãy viết ra mọi ấn tượng, câu Kinh Thánh hoặc ý tưởng. Mục đích sẽ được thể hiện qua việc ghi chép lại.

Bài học 6 trong 12 bài — Bản sắc thật sự của bạn chỉ được tìm thấy trong Đấng Christ

Paul nói:
"Trong Đấng Christ, chúng ta tìm ra mình là ai và mình đang sống vì điều gì."
— Ê-phê-sô 1:11
Chúa Giêsu nói:
"Ai theo Ta sẽ không đi trong bóng tối, nhưng sẽ có ánh sáng của sự sống."
— Giăng 8:12
Thế gian không thể nói cho bạn biết bạn là ai. Quá khứ không thể nói cho bạn biết bạn là ai. Những thất bại không thể nói cho bạn biết bạn là ai. Chỉ có Chúa Kitô mới làm được điều đó.
Việc tìm kiếm bản sắc bên ngoài Chúa Kitô cũng giống như cố gắng nhìn thấy hình ảnh phản chiếu của mình trong một tấm gương nứt nẻ và bẩn thỉu. Mọi thứ dường như méo mó. Nhưng trong Chúa Kitô, bạn nhìn thấy chính mình rõ ràng như Chúa nhìn thấy bạn.

Hoạt động:

- Viết ra những nhãn hiệu tiêu cực và danh tính sai lầm mà bạn đã mang theo (ví dụ: "thất bại", "bị từ chối", "không đủ").
- Hãy từ bỏ chúng trước mặt Chúa.
- Thay thế mỗi câu bằng một lẽ thật trong Kinh thánh (ví dụ: "được chọn", "được yêu", "được chấp nhận trong Đấng Yêu Dấu", "hơn cả một người chiến thắng").

BÀI HỌC 7 TRONG 12 BÀI — BẠN ĐƯỢC THIẾT KẾ ĐỂ SỐNG VINH QUANG (LỜI CHỨNG CỦA TÔI)

Phao-lô viết:
"Ngài đã định sẵn cho chúng ta một cuộc sống vinh quang…"
— Ê-phê-sô 1:12
Chúa Giêsu tuyên bố:
"Ta đã đến để chiên được sự sống và được sự sống dư dật."
— Giăng 10:10
Tôi xin chia sẻ một lời chứng cá nhân.
Bảy ngày trước sinh nhật lần thứ 53 của tôi, tôi bắt đầu 7 ngày kiêng ăn. Lời cầu nguyện của tôi thật đơn giản và chân thành: **"Lạy Chúa, xin chỉ cho con rõ ràng sự kêu gọi và nhiệm vụ cụ thể mà Ngài dành cho cuộc đời con."**
Vào buổi sáng ngày sinh nhật của tôi, đúng **5 giờ sáng** , Chúa đánh thức tôi bằng một lời rõ ràng trong tâm hồn:
"Con là Ugochukwu của Ta… Con là Đại bàng của Ta."
Vào khoảnh khắc ấy, mọi thứ đã thay đổi. Bản sắc đã được định hình. Từ ngày đó trở đi, mục vụ của chúng tôi mang một tên gọi mới và một sứ mệnh mới:
God's Eagle Ministries (GEMs).
Khi Chúa đặt tên cho bạn, Ngài đã định hình bạn. Bản sắc sinh ra chuyển động. Bản sắc chắp cánh cho số phận. Bản sắc đưa bạn bay cao đến nơi bạn từng chật vật bước đi.
Hoạt động:
Hãy thành tâm và tin tưởng cầu xin Chúa: **"Lạy Cha, con là ai trong mắt Cha? Cha nhìn con như thế nào?"** Hãy viết ra những gì Ngài đã mặc khải qua thời gian và sống theo

danh tính ấy, chứ không phải theo những nhãn mác trong quá khứ.

BÀI HỌC 8 TRONG 12 BÀI — BẠN ĐƯỢC KÝ TÊN, ĐƯỢC ĐÓNG DẤU VÀ ĐƯỢC TRAO QUYỀN BỞI ĐỨC THÁNH LINH

Paul nói:

"Trong Ngài, anh em đã được đóng ấn bằng Đức Thánh Linh đã hứa... được ký, đóng ấn và chuyển giao."

— Ê-phê-sô 1:13 (diễn giải)

Chúa Giêsu hứa:

"Ta sẽ xin Cha, và Ngài sẽ ban cho các ngươi một Đấng Bảo Trợ khác... là Thần Chân Lý, Đấng sẽ ở cùng các ngươi."

— Giăng 14:16–17

Thời xưa, con dấu của vua trên văn bản có nghĩa là nó mang theo quyền lực và sự bảo vệ của nhà vua. Bất kỳ ai xâm phạm nó đều phải chịu trách nhiệm trước chính nhà vua. Đức Thánh Linh là ấn tín của thiên đàng trên bạn. Bạn không phải là người bình thường. Bạn được đánh dấu. Bạn được ủy quyền. Bạn được chính quyền thiên đàng hậu thuẫn.

Hoạt động:

Hãy tuyên bố mỗi ngày: **"Tôi được Đức Thánh Linh ấn chứng, bảo vệ và ban quyền năng. Cuộc sống và vận**

mệnh của tôi không phải là đối tượng cho ma quỷ thương lượng.”

BÀI HỌC 9 TRONG 12 BÀI — CHÚNG TA PHẢI CẦU NGUYỆN CHO NHAU

Paul nói:

"Mỗi khi cầu nguyện, tôi đều nghĩ đến anh em và tạ ơn."

— Ê-phê-sô 1:15–16

Chúa Giêsu truyền lệnh:

"Hãy yêu thương nhau như Ta đã yêu thương các con."

— Giăng 13:34

Chúng ta không được tạo ra để bước đi một mình. Đời sống Cơ Đốc là một thân thể, chứ không phải một màn trình diễn đơn độc. Lời cầu nguyện của bạn có thể là sức mạnh mà người khác đang cần. Lòng biết ơn của bạn có thể là vinh dự mà trái tim ai đó đang khao khát.

Giống như một vận động viên chạy marathon muốn bỏ cuộc nhưng lại nghe thấy tên mình được hô vang từ bên lề, sự khích lệ và cầu thay sẽ truyền thêm sức mạnh mới.

Hoạt động:

- Chọn ba người để cầu nguyện mỗi ngày trong tuần này.
- Gửi tin nhắn động viên tới ít nhất một người mỗi ngày.

BÀI HỌC 10 TRONG 12 BÀI — CHÚA MUỐN BẠN BIẾT Ý MUỐN CỤ THỂ CỦA NGÀI

Phao-lô viết:

“...để anh em biết và thấy rõ ràng điều Ngài kêu gọi anh em làm...”

— Ê-phê-sô 1:17–18 (diễn giải MSG)

Chúa Giêsu nói:

“Chiên Ta nghe tiếng Ta, Ta biết chúng và chúng theo Ta.”

— Giăng 10:27

Chúa không muốn bạn bối rối. Ngài không muốn bạn đoán già đoán non. Ngài muốn bạn hiểu rõ ý muốn của Ngài một cách rõ ràng, chính xác và tự tin.

Giống như một người lau kính đột nhiên nhìn thấy bản đồ rõ ràng, Chúa muốn lau sạch thấu kính tâm linh của chúng ta để chúng ta có thể nhìn thấy con đường mà Ngài đã vạch ra.

Hoạt động:

Cầu nguyện mỗi ngày: **“Lạy Chúa, xin chỉ cho con biết chính xác điều Chúa muốn con làm hôm nay và trong mùa này. Xin Chúa điều chỉnh lịch trình, các mối quan hệ và bước đi của con cho phù hợp với ý muốn của Chúa.”**

BÀI HỌC 11 TRONG 12 BÀI — BẠN CÓ NĂNG LƯỢNG VÔ TẬN VÀ SỨC MẠNH VÔ BIÊN

Phao-lô tuyên bố:
"Ôi, công việc Ngài làm trong chúng ta là những người tin cậy Ngài thật vô cùng lớn lao—năng lượng vô tận, sức mạnh vô biên!"
— Ê-phê-sô 1:19 (MSG)
Chúa Giêsu nói:
"Mọi quyền phép trên trời và dưới đất đã giao cho Ta."
— Ma-thi-ơ 28:18
Quyền năng đã khiến Chúa Giê-su sống lại từ cõi chết đang hoạt động trong bạn. Bạn không bất lực. Bạn không vô vọng. Bạn không chiến đấu để giành chiến thắng;
bạn chiến đấu từ chiến thắng.
Bạn được kết nối với một nguồn năng lượng thiêng liêng. Giống như một ngọn đèn được cắm vào ổ điện, bạn không tự tạo ra ánh sáng—bạn tiếp nhận và giải phóng nó.

Hoạt động:
Hãy xác định một lĩnh vực trong cuộc sống mà bạn cảm thấy thất bại. Tìm một lời hứa trong Kinh Thánh nói về lĩnh vực đó. Hãy bắt đầu nói lớn lời hứa đó mỗi ngày, tin rằng quyền năng phục sinh đang hoạt động trong bạn.

BÀI HỌC 12 TRONG 12 BÀI — GIÁO HỘI LÀ CƠ THỂ HÌNH THÀNH DÂN TỘC CỦA CHÚA (VÀ LÀ MỘT THÔNG ĐIỆP TIÊN TRI GỬI ĐẾN NIGERIA)

Paul kết luận:
"Hội thánh không phải là ngoại vi của thế gian; thế gian là ngoại vi của Hội thánh."
— Ê-phê-sô 1:23 (MSG)
Chúa phán:
"Nếu dân Ta, là dân được gọi bằng danh Ta, hạ mình xuống, cầu nguyện, tìm kiếm Ta và từ bỏ đường lối gian ác, thì Ta sẽ nghe từ trời, tha thứ tội lỗi chúng và chữa lành đất nước chúng."
— 2 Sử Ký 7:14

Cho phép tôi chia sẻ một hành trình rất riêng tư và mang tính tiên tri.

Tôi ở Vương quốc Anh cho đến năm 2006, khi Chúa hiện ra với tôi trong giấc mơ và chỉ thị tôi trở về Nigeria. Tôi đã do dự. Tôi đã đấu tranh tư tưởng. Cuối cùng, tôi vâng lời và trở về.

Bắt đầu từ năm 2007, vào mỗi đầu năm, tôi đều dành 7 ngày để ăn chay và cầu nguyện, chỉ cầu xin Chúa một câu hỏi:
"Lạy Chúa, tại sao Chúa lại đưa con trở về Nigeria?"
Trong một thời gian, thiên đường im lặng.

Sau đó, vào năm 2009, trong một trong những ngày ăn chay kéo dài 7 ngày đó, Chúa cuối cùng đã phán:
"Ta muốn ngươi viết một cuốn sách về sự phục hưng. Hãy bảo Giáo hội ở Nigeria ăn năn. Nếu họ không ăn năn, ta sẽ thả quân đội miền Bắc."

Đầu năm 2010, cuốn sách đó được viết ra—không có tên trên đó. Nó hoàn toàn vô danh. Thông điệp mới là điều quan trọng, chứ không phải người đưa tin.

Rồi đến nhiệm vụ: phân phát cuốn sách này trên toàn quốc. Nhờ sự giúp đỡ của Chúa, trong suốt **12 ngày** , chúng tôi đã đi hơn **7.000 km** , lái xe từ tiểu bang này sang tiểu bang khác—qua tất cả **37 tiểu bang** (36 tiểu bang cộng với FCT), và ở mỗi tiểu bang, ít nhất **7 hội thánh** đã nhận được **12 bản sao** của cuốn sách, kêu gọi Hội Thánh ăn năn.

Nhiệm vụ quốc gia đó được tiếp nối nhiều năm sau đó bởi một nhiệm vụ khác. Năm 2021, Chúa lại phán:

"Tiếp cận các nhà lãnh đạo thanh niên và tránh xa các nhà thờ có tổ chức."

Trong vòng **21 ngày** , nhờ ơn Chúa, nhiệm vụ đó đã hoàn thành.

Từ những trải nghiệm này, Chúa đã cho tôi thấy một điều rất rõ ràng—không chỉ cho Nigeria mà còn cho các quốc gia trên thế giới:

GIẢI PHÁP CHO CUỘC KHỦNG HOẢNG Ở NIGERIA KHÔNG NẰM Ở ASO ROCK, ABUJA; NHÀ TRẮNG Ở WASHINGTON; HAY CUNG ĐIỆN BUCKINGHAM Ở LONDON.
GIẢI PHÁP CHÍNH LÀ NƠI CÓ GIÁO HỘI.

Nếu dân sự của Đức Chúa Trời—Hội Thánh của Ngài—hạ mình xuống, cầu nguyện, tìm kiếm Ngài và từ bỏ đường lối gian ác, thì Ngài sẽ lắng nghe, Ngài sẽ tha thứ và Ngài sẽ chữa lành đất nước.

Thông điệp này không chỉ dành cho Giáo hội Nigeria. Nó là một lời cảnh tỉnh mang tính tiên tri cho Giáo hội trên toàn thế giới. Chúng ta đã trao quá nhiều trách nhiệm cho chính phủ, quá nhiều hy vọng cho các hệ thống chính trị, và quá ít cho sức mạnh của một Giáo hội biết cầu nguyện, ăn năn và vâng phục.

Chúng ta phải quỳ gối xuống.

Chúng ta phải trở về với tình yêu ban đầu. Chúng ta phải một lần nữa tin rằng Chúa có thể chữa lành các quốc gia thông qua một Hội Thánh đầu phục.

Hoạt động:

- Hãy nắm lấy vai trò của bạn như một phần của Thân thể Chúa Kitô—không phải là một khán giả, mà là một người tham gia.
- Hãy bắt đầu cầu nguyện thường xuyên cho đất nước của bạn, không phải trong sự tức giận hay tuyệt vọng, mà trong đức tin và sự ăn năn.
- Hãy hỏi Chúa xem Ngài đang kêu gọi bạn đứng ở đâu trong khoảng trống đó—trong gia đình, cộng đồng, thành phố, quốc gia của bạn.

SỰ PHẢN XẠ

Hãy dành thời gian với Chúa Thánh Thần và suy ngẫm về những câu hỏi sau:

- Chúa đã giấu trong tôi kho báu nào mà bây giờ tôi phải cố ý khai thác?
- Chúa đã phán về danh tính nào của tôi mà tôi vẫn chưa hoàn toàn chấp nhận?
- Tôi cần phải phá vỡ thỏa thuận bằng hạn chế hoặc lời nói dối nào?
- Chúa đang nhấn mạnh nhiệm vụ cụ thể nào trong mùa này?
- Ai đang cần sự cầu bầu, khích lệ hoặc hỗ trợ của tôi lúc này?

- Tôi được kêu gọi tác động đến ngọn núi ảnh hưởng nào (đức tin, gia đình, giáo dục, chính phủ, kinh tế, phương tiện truyền thông/nghệ thuật, khoa học/công nghệ)?
- Chúa đang kêu gọi tôi đứng ra bảo vệ đất nước mình như thế nào?

TUYÊN BỐ

Hãy mạnh dạn nói những điều này trong cuộc sống của bạn:
Tôi được chọn trước thời gian.
Tôi được Chúa biết đến, yêu thương và hoạch định.
Tôi được Đức Thánh Linh ấn chứng và ban quyền năng. Tôi là Đại Bàng của Chúa — Tôi bay lên, tôi bay vút cao. Danh tính của tôi được neo chặt trong Đấng Christ, chứ không phải trong quá khứ.
Mọi điều tôi cần cho nhiệm vụ của mình đã được ban cho trong Đấng Christ.
Tôi bước đi trong quyền năng phục sinh, chứ không phải trong thất bại. Tôi là công cụ của sự phục hưng và biến đổi. Tôi là đại sứ của Vương quốc Chúa trong đất nước tôi. Tôi sẽ hoàn thành nhiệm vụ Chúa giao phó một cách xuất sắc và vui mừng. Nhân danh Chúa Giê-su quyền năng — Amen.

CẦU NGUYỆN

Lạy Cha,
cảm tạ Cha đã mặc khải những kho tàng vĩnh cửu mà Cha đã giấu kín trong chúng con từ trước khi tạo dựng thế gian.

Cảm tạ Cha đã chọn chúng con, yêu thương chúng con, nhận chúng con làm con nuôi, ấn chứng chúng con, và kêu gọi chúng con vào mục đích vinh quang của Cha.

Lạy Chúa, xin mở mắt chúng con để thấy chính xác điều Chúa đã kêu gọi mỗi người chúng con làm. Xin hãy lột bỏ những danh tính giả tạo và lấp đầy chúng con bằng chân lý về con người chúng con trong Chúa Kitô. Xin đánh thức trong chúng con cơn đói thánh khiết để tìm kiếm Chúa, đào sâu và khám phá những kho báu Chúa đã đặt để trong chúng con.

Xin ban cho chúng con năng lượng vô tận và sức mạnh vô biên từ Thánh Linh Ngài. Xin biến chúng con thành những Đại Bàng của Ngài—vươn lên trên bão tố, nhìn từ góc nhìn của thiên đàng, và mang thông điệp của Ngài đến trần gian.

Chúng con nâng Nigeria và các dân tộc lên trước mặt Ngài. Xin tha thứ cho chúng con vì đã tin tưởng vào chính trị hơn là cầu nguyện, vào hệ thống hơn là Thánh Linh Ngài. Xin dẫn dắt chúng con, Hội Thánh Ngài, đến với sự ăn năn thật sự. Xin chữa lành đất nước chúng con khi chúng con hạ mình, cầu nguyện, tìm kiếm Ngài, và từ bỏ đường lối gian ác.

Lạy Chúa, xin cho sự phục hưng bắt đầu trong chúng con và tuôn chảy qua chúng con. Xin dùng chúng con để gieo Lời Chúa khắp các dân tộc và chứng kiến những cuộc đời được biến đổi bởi lẽ thật trường tồn của Ngài. Xin giúp chúng con hoàn thành những nhiệm vụ Chúa giao phó với lòng trung tín, can đảm và niềm vui.

Nhân danh Chúa Giê-su—Amen.

CUỘC CHIẾN THẲNG LẶNG: 12 Bài Học Khi Sự Im Lặng Chữa Lành, Khi Sự Im Lặng Gây Hại, và Khi Sự Im Lặng Trở Thành Tiếng Nói Lớn Nhất Của Chúa

GIỚI THIỆU — LỜI NÓI ĐÃ NGẮN TÂM HỒN TÔI

Liên kết YouTube https://youtu.be/WVmcA6x-v2E

Sáng nay, trong lúc tôi tĩnh tâm trò chuyện với Chúa Thánh Linh, một điều bất thường đã xảy ra. Không phải một cụm từ, không phải một câu nói — mà là một lời duy nhất, nặng nề rơi vào tâm hồn tôi:
"Im lặng."

Nó không thì thầm. Nó đã hạ cánh.
Đột nhiên tôi thấy những số phận bị chôn vùi vì sự im lặng... những cuộc hôn nhân bị phá vỡ vì sự im lặng... những quốc gia bị rung chuyển vì sự im lặng... những tín đồ đang chết dần về mặt tâm linh vì họ từ chối kêu cầu Chúa.
Và Chúa Thánh Thần lại thì thầm:
"Im lặng là một vũ khí. Nhưng nếu rơi vào tay kẻ xấu, im lặng sẽ trở thành một lời nguyền."

Đây là cuộc chiến thầm lặng — và trong 12 bài học này, chúng ta sẽ khám phá khi nào sự im lặng có thể chữa lành, khi nào sự im lặng có thể gây hại và khi nào sự im lặng trở thành tiếng nói lớn nhất của Chúa.

Bài 1 — Cuộc gặp gỡ thay đổi vận mệnh

Một quản lý trẻ đang ngồi trong một cuộc họp căng thẳng. Các lãnh đạo cấp cao tranh cãi gay gắt, ai cũng cố gắng lấn át người kia. Anh ta muốn lên tiếng - để chứng minh mình có năng lực. Nhưng có điều gì đó thì thầm:
"Im lặng đi."
Ông quan sát. Ông lắng nghe. Ông phân biệt.
Khi sự hỗn loạn lắng xuống, vị CEO nhìn anh và nói: "Anh im lặng nãy giờ. Anh nghĩ sao?"
Ông chỉ nói một câu - và câu đó đã giải quyết được vấn đề mà các giám đốc điều hành cấp cao không thể giải quyết.
Sự im lặng không làm anh ấy suy yếu mà còn nâng anh ấy lên.
Kinh thánh
Châm ngôn 17:28 MSG: "Khi con im lặng, con được coi là khôn ngoan; Khi con im lặng, con tỏ ra thông minh."
Ê-sai 53:7 TPT: "Người im lặng và không nói một lời nào…"
Khải Huyền
Sự im lặng là sự trưởng thành về mặt chiến lược.
Cầu nguyện
Lạy Chúa, xin dạy con sự khôn ngoan của sự tĩnh lặng.

BÀI HỌC 2 — NGƯỜI PHỤ NỮ TÌM THẤY CHÚA TRONG SỰ YÊN TĨNH

Cô thức dậy trong tình trạng choáng ngợp - hóa đơn, trách nhiệm, những cuộc chiến cảm xúc. Cô cố gắng cầu nguyện thật to... nhưng chẳng được gì. Cô cố gắng thờ phượng... nhưng chẳng được gì.

Vậy nên cô ngồi im. Không nhạc. Không nói chuyện. Chỉ có sự im lặng.

Trong sự im lặng đó, giống như Elijah, cô cảm thấy một tiếng thì thầm:

"Làm thế này…"

Lời thì thầm đó đã trở thành bước đột phá của cô.

Kinh thánh

1 Các Vua 19:12 MSG: "Sau ngọn lửa, có tiếng thì thầm nhẹ nhàng và êm dịu…"

Habakkuk 2:20 TPT: "Toàn thể trái đất hãy im lặng trước mặt Ngài."

Khải Huyền

Chúa nói rõ ràng nhất trong sự im lặng.

Cầu nguyện

Lạy Chúa, xin mở tai con để con nghe tiếng nói êm dịu của Ngài.

BÀI HỌC 3 — SỰ CHỜ ĐỢI NHƯ BỊ BỎ RƠI

Một người đàn ông cầu nguyện xin việc trong nhiều tháng. Thiên đường im lặng. Anh cảm thấy mình bị lãng quên. Nhưng sự im lặng của Chúa không phải là sự từ chối - mà là sự chuẩn bị. Cánh cửa Ngài mở ra sau đó còn lớn lao hơn bất cứ điều gì người đàn ông cầu xin.

Kinh thánh

Thi Thiên 62:5 TPT: "Tôi đang đứng trong sự tĩnh lặng tuyệt đối… chờ đợi cho đến khi nào cần thiết."

Ca Thương 3:26 MSG: "Thật tốt khi âm thầm hy vọng…"

Khải Huyền

Sự im lặng của thiên đường không phải là sự từ chối của thiên đường.

Cầu nguyện

Lạy Chúa, xin giúp con tin vào thời điểm của Ngài.

BÀI HỌC 4 — NGƯỜI PHỤ NỮ TỪ CHỐI CHIẾN ĐẤU CỦA KẺ NGỐC NGHẾCH

Cô bị vu khống trên mạng. Người ta chế giễu, xuyên tạc lời nói, công kích nhân cách của cô. Xác thịt cô muốn đáp trả, nhưng Chúa thì thầm:

"Im lặng đi."

Nhiều tháng sau, sự thật đã được phơi bày mà không cần cô phải đấu tranh.

Kinh thánh

Xuất Ê-díp-tô Ký 14:14 TPT: "Đức Giê-hô-va sẽ chiến đấu cho các ngươi. Hãy yên lặng."

Ma-thi-ơ 27:14 MSG: "Đức Chúa Jêsus chẳng nói gì cả. Không một lời nào…"

Khải Huyền

Sự im lặng là vũ khí của quyền lực tinh thần.
Cầu nguyện
Lạy Chúa, xin làm im lặng mọi cơn bão đòi hỏi phản ứng của con.

BÀI HỌC 5 — CUỘC TRANH CÃI CHƯA BAO GIỜ XẢY RA

Một cặp vợ chồng đang đứng bên bờ vực của một cuộc cãi vã lớn. Những lời lẽ cay nghiệt bùng lên như lửa. Người chồng dừng lại… hít thở… và chọn cách im lặng.
Sự im lặng của anh làm dịu bầu không khí. Họ làm lành.
Kinh thánh
Châm ngôn 15:1 MSG: "Lời đáp nhẹ nhàng làm nguôi cơn giận…"
Gia-cơ 1:19 TPT: "Hãy chậm nói…"
Khải Huyền
Sự im lặng có thể cứu vãn mối quan hệ.
Cầu nguyện
Lạy Chúa, xin ban cho con ơn biết kiềm chế.

Bài 6 — Y tá suýt để một người đàn ông chết

Một y tá phát hiện ra một sai sót y khoa chết người — nhưng nỗi sợ hãi đã khiến cô im lặng. Khi cô cuối cùng lên tiếng, người đàn ông đã được cứu sống.
Kinh thánh

Châm ngôn 31:8–9 TPT: "Hãy lên tiếng bênh vực kẻ yếu đuối!"
Ê-xê-chi-ên 3:18 MSG: "Nếu ngươi không lên tiếng… Ta sẽ bắt ngươi chịu trách nhiệm."
Khải Huyền
Sự im lặng trở thành tội lỗi khi nó che giấu sự thật.
Cầu nguyện
Lạy Chúa, xin ban cho con sự can đảm để lên tiếng khi mạng sống của nhiều người phụ thuộc vào tiếng nói của con.

Bài học 7 — Cô thiếu niên chịu đựng một mình

Một thiếu nữ bị bắt nạt đã im lặng trong nhiều tháng. Sự im lặng gần như hủy hoại cô bé. Một đêm nọ, cuối cùng cô bé cũng hét lên — và mẹ cô bé đã nghe thấy và cứu cô bé.
Kinh thánh
2 Ti-mô-thê 1:7 TPT: "Đức Chúa Trời sẽ chẳng ban cho anh em tinh thần sợ hãi…"
Sáng thế ký 3 MSG: Sự im lặng của A-đam đã trao quyền cho con rắn.
Khải Huyền
Sự im lặng sợ hãi sẽ tiếp thêm sức mạnh cho kẻ thù.
Cầu nguyện
Lạy Chúa, xin phá vỡ mọi sự im lặng đáng sợ trong cuộc đời con.

Bài 8 — Người đàn ông chết trong sự riêng tư

Một người đàn ông thành đạt đang hấp hối trong lòng. Trầm cảm đã làm ông im lặng. Một đêm nọ, ông suy sụp và kêu lên:

"Chúa ơi, hãy giúp con!"

Tiếng kêu đó đã chữa lành cho anh.

Kinh thánh

Thi Thiên 32:3 MSG: "Khi tôi giữ tất cả trong lòng, xương cốt tôi trở thành bụi."

Thi Thiên 39:2–3 TPT: "Sự im lặng làm nỗi đau của tôi thêm trầm trọng."

Khải Huyền

Sự im lặng không phải là sức mạnh khi nó che giấu nỗi đau.

Cầu nguyện

Lạy Chúa, xin giải thoát con khỏi nỗi đau khổ thầm lặng.

BÀI HỌC 9 — KHI CHÚA NGỪNG PHÁT ÂM

Saul không vâng lời - và Chúa im lặng.

Eli thỏa hiệp - và thiên đàng trở nên yên lặng. David phạm tội - và Chúa rút lui cho đến khi ông ăn năn.

Kinh thánh

1 Sa-mu-ên 28:6 MSG: "Đức Chúa Trời từ chối trả lời Sau-lơ..."

Thi Thiên 51:12 TPT: "Xin hãy khôi phục lại niềm vui cho tôi!"

Khải Huyền

Sự im lặng của thần thánh là một lời cảnh báo — gọi chúng ta trở về nhà.

Cầu nguyện

Lạy Chúa, xin chữa lành mọi sự im lặng do tội lỗi gây ra.

BÀI HỌC 10 — KẺ SÁT NHÂN HÔN NHÂN

Anh ấy không bao giờ đánh. Không bao giờ xúc phạm.
Anh ấy chỉ đơn giản là không nói một lời — trong nhiều ngày, nhiều tuần, nhiều tháng.
Sự im lặng mang tính vũ khí này đã phá hủy sự thân mật của họ.
Kinh thánh
Ma-thi-ơ 5:37 MSG: "Chỉ cần nói có và không…"
Sáng thế ký 4:9 MSG: "Cain không nói điều gì đúng cả."
Khải Huyền
Sự im lặng thao túng là sự im lặng của ma quỷ.
Cầu nguyện
Lạy Chúa, xin chữa lành mọi nơi sự im lặng đã làm tổn thương các mối quan hệ của con.

BÀI HỌC 11 — SỰ YÊN TĨNH SINH RA SỰ RÕ RÀNG

Một nhà lãnh đạo trẻ đã thực hành 15 phút tĩnh lặng mỗi ngày. Ý tưởng đến. Sự sáng suốt đến. Phương hướng đến.
Kinh thánh
Thi Thiên 46:10 TPT: "Hãy im lặng và biết rằng…"
Giô-suê 1:8 MSG: "Hãy suy gẫm… suy gẫm… ngày và đêm."
Khải Huyền
Sự im lặng thiêng liêng tạo ra sự sáng suốt.

Cầu nguyện
Lạy Chúa, xin kéo con vào sự tĩnh lặng thánh thiện.

BÀI HỌC 12 — HOANG DÃ ĐÃ TẠO NÊN CHIẾN BINH

Chúa Giê-su đã trải qua 40 ngày thinh lặng… và trở về trong quyền năng.
Mô-sê cũng trải qua 40 ngày thinh lặng… và trở về trong vinh quang.
Kinh thánh
Luca 4:14 MSG: "Đức Chúa Jêsus trở về với quyền năng trong Đức Thánh Linh."
Xuất Ê-díp-tô Ký 34:28 TPT: "Môi-se ở lại với Đức Giê-hô-va bốn mươi ngày…"
Khải Huyền
Trước khi Chúa tiết lộ bạn, Ngài đã ẩn giấu bạn.
Cầu nguyện
Lạy Chúa, xin thanh luyện con trong im lặng và bày tỏ quyền năng cho con.

TUYÊN BỐ CUỐI CÙNG

- Sự im lặng của tôi sẽ không hủy hoại tôi.
- Tôi từ chối sự im lặng đáng sợ.
- Tôi thích sự im lặng có tác dụng chữa lành, chứ không phải sự im lặng gây hại .
- Tôi sẽ kêu lên khi sự im lặng trở nên nguy hiểm.

- Giọng nói của Chúa sẽ không bao giờ im lặng trong cuộc đời tôi.
- Sự im lặng của tôi giúp tôi chuẩn bị cho sức mạnh.

LỜI CẦU NGUYỆN CUỐI CÙNG

Lạy Cha, con cảm tạ Cha đã mặc khải thực tại của sự im lặng.
Xin giải thoát con khỏi sự im lặng hủy diệt. Xin phá vỡ mọi sự im lặng do sợ hãi, tội lỗi, hay mặc cảm tội lỗi gây ra. Xin phục hồi tiếng nói của Cha trong cuộc đời con. Xin dạy con khi nào nên nói, khi nào nên im lặng, khi nào nên kêu lên, và khi nào nên lắng nghe. Xin cho sự im lặng của con mang sự hiện diện của Cha, và xin cho lời nói của con mang thẩm quyền của Cha. Nhân danh Chúa Jesus — Amen.

Đã Hoàn Thành: Trở Thành Bàn Thờ Sống

Liên kết Youtube
https://youtu.be/ozy1YLRm5rc?si=suel4ngAL7HIQJZW

liên kết podcast
https://open.spotify.com/episode/5VzJgpuxGWtJpfTFOAEIxj

Các bạn thân mến trong Chúa Kitô—những anh chị em đồng hành với Chúa Giêsu mỗi ngày.

Trong cuộc sống bận rộn, đầy những lo toan về gia đình, công việc và thế giới xung quanh, chúng ta dễ bị cuốn theo nhiều hướng. Chúng ta đã nghe những lời dạy về việc xây dựng bàn thờ—gieo hạt giống trên núi hay vun đắp những ngọn núi cao hơn để vượt qua khó khăn. Nhưng hãy dừng lại và lắng nghe thật kỹ những gì Chúa thực sự phán. Sự thật thật đơn giản và giải thoát: **Mọi sự đã hoàn tất!** Không huyết báu nào, không lễ vật đặc biệt nào, không nỗ lực nào có thể thêm vào những gì Chúa Giê-su đã làm trên Thập tự giá. Đó là bàn thờ cuối cùng, và thông điệp của nó vẫn còn vang vọng mạnh mẽ cho đến ngày nay.

Hãy nghĩ về điều này: Bàn thờ không chỉ là một công trình kiến trúc cầu kỳ trong nhà thờ hay đền thờ. Đó là bất kỳ nơi chốn hay vật gì chúng ta dâng hiến—cho Chúa hay cho một điều gì khác. Khi chúng ta dâng hiến trọn vẹn cho Chúa, nó sẽ trở thành điểm gặp gỡ thánh thiện giữa trời và đất. Nhưng nếu chúng ta dâng hiến nó cho nỗi sợ hãi, sự tức giận hay những ảnh hưởng sai trái, nó có thể mở ra cánh cửa cho bóng tối. Từ Kinh Thánh, chúng ta thấy rõ điều này. Nô-ê đã dựng một bàn thờ sau trận hồng thủy để tạ ơn Chúa (Sáng thế ký 8:20), và Áp-ram cũng làm như vậy khi Chúa phán với ông (Sáng thế ký 12:7). Đây là những hành động dâng hiến đơn giản, mời gọi sự hiện diện và phước lành của Chúa (Xuất Ê-díp-tô ký 20:24). Tuy nhiên, Kinh Thánh cũng cảnh báo chúng ta: Các bàn thờ thờ tà thần hoặc hình tượng sẽ bị phá vỡ (Ê-xê-chi-ên 6:4), bởi vì những gì chúng ta dâng hiến có ý nghĩa sâu sắc.

Trái Tim Của Tất Cả: Bàn Thờ Nơi Thiên Đàng Gặp Gỡ Chúng Ta

Các bạn ơi, các bạn có thể dành thời gian xây dựng những điều vĩ đại—như một ngôi nhà đẹp hay một sự nghiệp thành công—mà vẫn bỏ lỡ bàn thờ quan trọng nhất: bàn thờ trong chính trái tim mình. Mỗi hơi thở chúng ta hít vào, mỗi lựa chọn chúng ta đưa ra, đều có thể đưa chúng ta đến gần hơn với ánh sáng của Chúa hoặc kéo chúng ta vào bóng tối của thế gian. Bàn thờ vĩ đại nhất không phải do con người dựng nên; đó là Thập tự giá của Chúa Giê-su. Ở đó, trên gỗ thô ráp tại đồi Calvary, Chúa và nhân loại đã gặp nhau theo cách đã thay đổi mọi thứ. Công lý và lòng thương xót đã hòa quyện, và khi Chúa Giê-su phán: "Mọi sự đã được trọn" (Giăng 19:30), Ngài thực sự muốn như vậy. Mọi lời nguyền rủa cũ, mọi xung đột gia đình, mọi nỗi sợ hãi đã được giải quyết mãi mãi. Không cần phải hy sinh vô tận nữa—huyết của Ngài che phủ tất cả (Hê-bơ-rơ 7:27; Hê-bơ-rơ 9:11-14).

Giờ đây, dưới lời hứa mới này từ Đức Chúa Trời—Giao Ước Mới—Ngài đến sống ngay trong lòng chúng ta. Như Giê-rê-mi đã hứa, Đức Chúa Trời đặt đường lối Ngài vào lòng và trí chúng ta (Giê-rê-mi 31:33). Giô-ên nói về việc Đức Thánh Linh được đổ xuống trên mọi người (Giô-ên 2:28-29), và Phi-e-rơ đã chứng kiến điều đó xảy ra vào Lễ Ngũ Tuần (Công Vụ 2:17-18). Phao-lô nhắc nhở chúng ta rằng Đức Chúa Trời không ngự trong những tòa nhà do tay người ta xây dựng (Công Vụ 17:24-25); thay vào đó, chúng ta thờ phượng Ngài bằng tâm linh và lẽ thật, từ tấm lòng, ở bất cứ nơi đâu và bất cứ lúc nào (Giăng 4:23-24). Đây là sự tự do đích thực cho cuộc sống hằng ngày—không nghi lễ, chỉ là bước đi gần gũi với Ngài.

Sống như Bàn thờ của Chúa: Lời kêu gọi đầu hàng đơn giản

Đây là phần tuyệt vời, được trích trực tiếp từ Rô-ma 12:1-2: "Hỡi anh em, bởi lòng thương xót của Đức Chúa Trời, tôi khuyên anh em hãy dâng thân thể mình làm của lễ sống, thánh khiết và đẹp lòng Đức Chúa Trời. Đó là sự thờ phượng phải lẽ của anh em. Đừng rập khuôn theo thế gian này, nhưng hãy biến đổi bởi sự đổi mới tâm trí." Chúng ta không còn mang thú vật hay lễ vật đến bàn thờ đá nữa. Thay vào đó, chính chúng ta trở thành bàn thờ – toàn bộ cuộc đời chúng ta được hiến dâng cho Ngài. Thân thể chúng ta là đền thờ của Ngài, lòng chúng ta là nơi dâng lễ vật, và Thánh Linh Ngài là ngọn lửa cháy sáng bên trong.

Hãy tưởng tượng điều này trong thói quen hàng ngày của bạn: Khi bạn dành thời gian uống cà phê buổi sáng để cầu nguyện, nó trở thành một bàn thờ. Khi bạn chọn tha thứ trong một cuộc tranh cãi gia đình, ngôi nhà của bạn biến thành vùng đất thiêng liêng. Nhưng nếu chúng ta để lòng kiêu hãnh hoặc lo lắng chiếm lấy, chúng ta có thể xây dựng những bàn thờ ẩn mà không nhận ra - những bàn thờ đánh cắp sự bình an của chúng ta. Bạn có muốn nhìn thấy và trải nghiệm Chúa hàng ngày, ở mọi nơi, bất cứ nơi nào không? Sau đó, Phi-líp 4:8 trở thành một mỏ neo để suy ngẫm: Bất cứ điều gì là CHÂN THẬT - Chân lý, tránh sự dối trá; Cao quý - Về mặt đạo đức, CÔNG BẰNG - như trong Công lý, TINH KHIẾT - Sự tinh khiết sẽ nhìn thấy Chúa; Tình yêu - Như trong Yêu thương, vô điều kiện, Đáng yêu; Tiếng tốt - Tiếng không xấu; Đức hạnh; Đáng ngợi khen. Kinh thánh nói rằng hãy suy ngẫm, không chỉ đọc, về những điều này và Đức Chúa Trời của sự bình an sẽ ở cùng bạn. Kinh thánh nói rằng lửa trên bàn thờ không bao giờ được tắt (Lê-vi Ký 6:12-13), vì vậy hãy giữ cho trái tim chúng ta ấm áp với tình yêu dành cho Chúa. Ví dụ, trong một ngày căng thẳng ở cơ quan hay ở nhà, hãy dừng lại và tập trung suy nghĩ vào những điều chân thật, cao quý và tinh khiết—điều này sẽ đổi mới tâm trí bạn và mời gọi sự bình an của Chúa ở lại với bạn, biến những khoảnh khắc bình thường thành những khoảnh khắc thiêng liêng. Như tác giả Thi Thiên đã nói: "Tôi sẽ đến bàn thờ Đức Chúa Trời, đến cùng Đức Chúa Trời là niềm vui vô biên của tôi" (Thi Thiên 43:4). Ngay cả trên thiên đàng, chúng ta cũng thấy những linh hồn dưới bàn thờ đang kêu cầu công lý (Khải Huyền 6:9), cho thấy bàn thờ kết nối chúng ta với mục đích vĩnh cửu của Đức Chúa Trời.

Đã đến lúc hành động: Các bước thiết thực cho ngày hôm nay

Đừng chỉ nghe nói suông—hãy cùng nhau sống theo. Chúa đang kêu gọi chúng ta hành động, ngay tại nơi chúng ta đang sống:

1. **Xây dựng lại những gì đã đổ vỡ.** Giống như Ê-li đã sửa chữa bàn thờ của Chúa trước khi lửa giáng xuống (1 Các Vua 18:30), hãy bắt đầu bằng cách sửa chữa những gì đã đổ vỡ trong cuộc sống của bạn. Có thể đó là thời gian cầu nguyện của bạn đã nguội lạnh, hoặc một mối quan hệ cần được hàn gắn (Ma-thi-ơ 5:23-24). Hãy cầu xin Chúa giúp bạn khôi phục lại điều đó—Ngài sẽ mang đến trật tự và lửa.
2. **Hãy gìn giữ bàn thờ hằng ngày của bạn.** Bạn không thể phục vụ hai chủ hoặc hai ngọn lửa (Ma-thi-ơ 6:24). Hãy xem xét lựa chọn của bạn: Công việc của bạn là để vinh danh Chúa, hay để theo đuổi thành công? Hãy dâng hiến ngôi nhà của bạn cho Ngài, và nó sẽ trở thành nơi trời chạm đất (Xuất Ê-díp-tô Ký 20:24). Hãy nuôi dạy con cái bạn theo đường lối của Ngài, và chúng sẽ trở thành những tấm gương sống động về sự hiện diện của Ngài.
3. **Từ bỏ những điều sai trái.** Có những bàn thờ ẩn giấu trong suy nghĩ hoặc những lỗi lầm trong quá khứ của chúng ta. Nhưng Thập Giá nói to hơn bất kỳ bóng tối nào (Hê-bơ-rơ 13:10). Hãy buông bỏ nỗi sợ hãi, hận thù, hay thói quen cũ—hãy dự phần vào sự hy sinh của Chúa Kitô và được hiệp nhất với chiến thắng của Ngài (1 Cô-rinh-tô 10:18).
4. **Hãy sống như một Bàn Thờ Di Động.** Mang sự hiện diện của Chúa đến mọi nơi. Hãy đổi mới tâm trí bạn mỗi ngày qua Lời Ngài, và xem Ngài biến đổi những khoảnh khắc bình thường thành những khoảnh khắc thánh thiện như thế nào. Điều này

không phải là những cử chỉ lớn lao; mà là sự đầu phục kiên định.

Khoảnh khắc cầu nguyện chân thành: Xưng tội và đổi mới

Lạy Cha trên trời, hôm nay chúng con khiêm nhường đến với Cha. Chúng con ăn năn về bất kỳ bàn thờ nào chúng con đã xây dựng mà không phải của Cha—bàn thờ của bản thân, kiêu ngạo, sợ hãi, tham lam, hay thỏa hiệp. Chúng con từ bỏ những giao ước với bóng tối, khỏi mê tín dị đoan hay những ý tưởng sai lầm. Chúng con trở về với Thập Giá Chúa Giê-su, dâng hiến cuộc đời mình—tư tưởng, lời nói, đôi tay, và gia đình—như một của lễ sống. Xin Cha sai lửa thánh của Cha đến để thanh tẩy chúng con. Xin đổi mới tâm trí chúng con và đổ đầy lòng chúng con tình yêu tươi mới dành cho Cha.

Hãy nói lên sự thật này trong cuộc sống của bạn: Một tuyên bố táo bạo

Hãy cùng tôi nói to câu này như một lời hứa với Chúa:

- Tôi là bàn thờ của Thiên Chúa hằng sống.
- Nhà tôi là bàn thờ của Ngài.
- Sự thờ phượng của tôi là một bàn thờ.
- Công việc của tôi là một bàn thờ.
- Ngọn lửa trên bàn thờ của tôi sẽ không bao giờ tắt.

- Huyết của Chúa Giê-su chiến thắng mọi bàn thờ sai trái.
- Tôi được thánh hóa nhờ sự hy sinh của Ngài—một lần và mãi mãi.
- Xong rồi!

PHẦN KẾT LUẬN

Khi chúng ta đi đến cuối hành trình 4 trong 1 này, một chân lý vượt lên trên mọi bài học, mọi câu chuyện, mọi thánh thư và mọi sự mặc khải mà chúng ta đã cùng nhau khám phá: **Chúa đang chuẩn bị một dân tộc sẽ sống trong sự đồng điệu, tinh luyện, thức tỉnh và đầu phục.** Một dân tộc không chỉ học hỏi chân lý mà còn sống theo chân lý. Một dân tộc sẽ đứng vững trên núi cao của mình—không phải bằng sức riêng, mà bằng ngọn lửa và sự trọn vẹn của Đức Thánh Linh.

Chúng ta đã đứng trước ngọn lửa thử thách và thanh tẩy. Chúng ta đã nhìn vào kho báu mà Chúa đã cất giấu trong chúng ta từ trước khi thời gian bắt đầu. Chúng ta đã bước qua chiến trường của sự im lặng, học được sự khôn ngoan và hiểm nguy của nó. Chúng ta đã quỳ gối trước Thập Giá, một lần nữa khám phá ra sự tự do của một công trình đã hoàn tất.

Bốn thông điệp này không bao giờ chỉ nằm trên giấy, mà được viết ra để trở thành những chuyển động trong trái tim. Học về tinh luyện có ích gì nếu chúng ta chống lại ngọn lửa? Bản sắc có giá trị gì nếu chúng ta không bao giờ bước đi trong đó? Sự khôn ngoan có ích gì nếu sự im lặng hoặc lời nói của chúng ta không nhất quán? Thập tự giá có ý nghĩa gì nếu chúng ta tiếp tục phấn đấu như thể huyết của Chúa Kitô là chưa đủ?

Cuốn sách này sẽ trao lại cuộc hành trình cho bạn.

Bạn là khí cụ ảnh hưởng của Chúa trên ngọn núi nơi Ngài đã đặt bạn.

Bạn mang trong mình một kho báu cổ xưa hơn cả tạo vật.

Bạn được kêu gọi để nhận ra sự tĩnh lặng xung quanh và bên trong bạn.

Bạn được mời gọi sống mỗi ngày như một bàn thờ di động - biệt riêng, phó thác, và bừng cháy.

Và sự thật tuyệt đẹp là:
Bạn không bước đi một mình. Chính Thánh Linh đã thổi những lời này vào cuộc sống hiện đang thổi trên bạn. Ngài đi cùng bạn vào gia đình, nhiệm vụ, tiếng gọi, quốc gia và tương lai của bạn.
Vậy hãy để kết luận này là một khởi đầu.
Hãy để cuốn sách này là bệ phóng, chứ không phải là nơi hạ cánh. Hãy để ngọn lửa tinh luyện thanh lọc công việc của bạn. Hãy để kho báu bên trong bạn trỗi dậy. Hãy để sự im lặng thánh thiện định hình trí tuệ của bạn. Hãy để công trình đã hoàn tất của Chúa Kitô định hình cuộc sống của bạn.
Nguyện cuộc sống của bạn trở thành một minh chứng cho sự đồng điệu -
bước chân của bạn đồng điệu với ý muốn của Chúa Cha, giọng nói của bạn hòa hợp với tần số của Thiên đàng, trái tim bạn vững vàng dưới ngọn lửa của Chúa Thánh Thần, và số phận của bạn được neo giữ trong những gì Chúa Kitô đã hoàn thành.
Chúng tôi cầu nguyện rằng khi bạn bước tiếp, Thiên đường sẽ ghi nhận sự vâng lời của bạn,
trái đất sẽ chứng kiến sự chuyển đổi của bạn và các thế hệ sau bạn sẽ được hưởng lợi từ sự liên kết của bạn.
Ngọn lửa đã gọi bạn.
Kho báu đã đặt tên cho bạn. Sự im lặng đã rèn luyện bạn.
Thập giá đã hoàn thiện bạn.
Bây giờ hãy đứng lên—
và bước đi trong sự trọn vẹn của mọi điều Chúa đã định.

KÊU GỌI HÀNH ĐỘNG

Một sự hợp tác cho mùa gặt

Khi bạn khép lại cuốn sách này, chúng tôi mời bạn tiếp tục hành trình tiến thêm một bước nữa—không chỉ trong cuộc sống của riêng bạn, mà còn trong cuộc sống của vô số tâm hồn trên khắp các quốc gia.

Nếu những thông điệp từ God's Eagle Ministries (GEM) đã củng cố, đánh thức, hoặc định hướng lại tấm lòng bạn, chúng tôi khiêm nhường cầu xin bạn hãy cầu nguyện và cân nhắc việc **hợp tác với chúng tôi vì lợi ích của mùa gặt** . Thế giới đang khao khát chân lý, hy vọng, và tiếng nói nhẹ nhàng nhưng không thể nhầm lẫn của Chúa Thánh Linh, và cùng nhau, chúng ta có thể đặt những thông điệp này ở nơi cần thiết nhất.

Chúng tôi tin rằng truyền thông không chỉ là công nghệ—mà còn là một **mạng lưới tâm linh** được giăng sâu vào các quốc gia, làng mạc, thành phố và những nơi ẩn dật. Thông qua phim ảnh, video, radio và mục vụ kỹ thuật số, GEM đang tiếp cận những người có thể chưa bao giờ bước chân vào nhà thờ, nhưng tấm lòng họ luôn rộng mở để gặp gỡ Chúa Kitô hằng sống.

Sự hợp tác của bạn giúp chúng tôi:

1. Sản xuất nội dung phim và video tràn đầy tinh thần
Những câu chuyện và bài học chữa lành, truyền cảm hứng và tiết lộ tình yêu của Chúa Jesus theo những cách rõ ràng, dễ hiểu và có thể thay đổi cuộc sống.

2. Phát sóng Phúc Âm trên Đài Phát thanh
Mang Lời Chúa đến các nhà tù, bệnh viện, cộng đồng nông thôn và những nơi xa xôi không có internet—nơi hy vọng khan hiếm và sự thật thì quý giá.

3. Mở rộng các chiến dịch giảng dạy và truyền giáo trên mạng xã hội
Những buổi cầu nguyện, suy ngẫm và giảng dạy hàng ngày giúp củng cố đức tin, khôi phục gia đình và trang bị cho các môn đồ trên toàn cầu.

Tại sao sự hỗ trợ của bạn lại quan trọng

Mỗi thông điệp được truyền tải đều trở thành hạt giống ánh sáng.
Mỗi lời dạy dỗ đều trở thành làn sóng chuyển hóa. Mỗi hành động hào phóng đều trở thành một phần trong mùa gặt toàn cầu của Chúa.
Sự đóng góp của bạn sẽ giúp mục vụ này đến được với những tâm hồn mà chúng ta có thể không bao giờ gặp trên trần gian, nhưng chắc chắn sẽ gặp lại trong cõi vĩnh hằng.
Không có số tiền cố định nào cả—hãy đóng góp theo sự dẫn dắt của Chúa. Mỗi món quà, dù lớn hay nhỏ, đều góp phần vào việc mở rộng Vương quốc.

Để hợp tác hoặc tặng:
PayPal:
https://www.paypal.com/ncp/payment/D6NEFW56KG8LU
Tithe.ly:
https://tithe.ly/give?c=308311

Tất cả các con đường cho đi:
https://www.otakada.org/partnership-giving
Cảm ơn bạn đã sát cánh cùng chúng tôi.
Cảm ơn bạn đã gieo hạt vào mùa gặt. Cảm ơn bạn đã giúp chúng tôi mang thông điệp của Chúa Kitô đến với mọi người.
Nguyện Chúa ban phước cho bạn thật nhiều, gia tăng bạn thật dồi dào, và nhân lên mọi hạt giống bạn gieo vì vinh quang của Ngài.
Nhân danh Chúa Giê-su, Amen.

—Đại sứ Monday O. Ogbe
Người sáng lập, God's Eagle Ministries (GEM)
www.otakada.org

Làm thế nào để được tái sinh và bắt đầu một cuộc sống mới với Chúa Kitô

Có thể bạn đã từng đồng hành cùng Chúa Giê-su, hoặc có thể bạn chỉ vừa mới gặp Ngài trong 40 ngày này. Nhưng ngay lúc này, có điều gì đó bên trong bạn đang trỗi dậy.
Bạn đã sẵn sàng cho nhiều thứ hơn là tôn giáo.
Bạn đã sẵn sàng cho **một mối quan hệ** .
Bạn đã sẵn sàng để nói: "Chúa Giê-su ơi, con cần Ngài."
Sự thật là:
"Vì mọi người đều đã phạm tội; chúng ta thảy đều thiếu mất tiêu chuẩn vinh quang của Đức Chúa Trời… nhưng Đức Chúa Trời, trong ân điển của Ngài, đã khiến chúng ta trở nên công chính trước mặt Ngài cách nhưng không."
— Rô-ma 3:23–24 (Bản Dịch Mới)

Bạn không thể tự cứu mình.

Bạn không thể sửa đổi bản thân. Nhưng Chúa Giê-su đã trả giá đầy đủ — và Ngài đang chờ đợi để chào đón bạn trở về nhà.

Làm thế nào để được tái sinh

Được tái sinh có nghĩa là đầu phục cuộc đời bạn cho Chúa Giê-su — chấp nhận sự tha thứ của Ngài, tin rằng Ngài đã chết và sống lại, và tiếp nhận Ngài làm Chúa và Cứu Chúa của bạn.

Thật đơn giản. Thật mạnh mẽ. Nó thay đổi mọi thứ.

Hãy cầu nguyện lớn tiếng:

"Lạy Chúa Jêsus, con tin Ngài là Con Đức Chúa Trời. Con tin Ngài đã chết vì tội lỗi con và đã sống lại. Con thú nhận rằng con đã phạm tội và con cần sự tha thứ của Ngài. Hôm nay, con ăn năn và từ bỏ đường lối cũ. Con mời Ngài ngự vào đời sống con để làm Chúa và Cứu Chúa của con. Xin hãy rửa sạch con. Xin đổ đầy Thánh Linh Ngài vào con. Con tuyên bố rằng con đã được tái sinh, được tha thứ và được tự do. Từ nay trở đi, con sẽ theo Ngài — và con sẽ sống theo bước chân Ngài. Cảm tạ Ngài đã cứu con. Nhân danh Chúa Jêsus, A-men."

Những bước tiếp theo sau khi được cứu rỗi

1. **Nói với ai đó** – Chia sẻ quyết định của bạn với một người có đức tin mà bạn tin tưởng.
2. **Tìm một Hội Thánh dựa trên Kinh Thánh** – Tham gia một cộng đồng dạy và sống Lời Chúa. Truy cập các mục vụ của God's Eagle trực tuyến qua https://www.otakada.org hoặc https://chat.whatsapp.com/H67spSun32DDTma8TLh0ov
3. **Làm lễ rửa tội** – Thực hiện bước tiếp theo để công khai tuyên bố đức tin của bạn.

4. **Đọc Kinh Thánh hằng ngày** – Bắt đầu với Phúc Âm theo Thánh Gioan.
5. **Cầu nguyện mỗi ngày** – Hãy nói chuyện với Chúa như một người bạn và một người Cha.
6. **Giữ kết nối** – Hãy ở bên những người khuyến khích bạn theo đuổi con đường mới.
7. **Bắt đầu quá trình môn đồ hóa trong cộng đồng** – Phát triển mối quan hệ một-một với Chúa Jesus Christ thông qua các liên kết này

Chương trình môn đồ hóa 40 ngày 1 - https://www.otakada.org/get-free-40-days-online-discipleship-course-in-a-journey-with-jesus/
40 Đệ tử 2 - https://www.otakada.org/get-free-40-days-dna-of-discipleship-journey-with-jesus-series-2/

Khoảnh khắc cứu rỗi của tôi

Ngày : ______________________

Chữ ký : ___________________

"Nếu ai ở trong Đấng Christ, người ấy là người dựng nên mới; những gì cũ đã qua đi, nầy mọi sự đều trở nên mới!"

— 2 Cô-rinh-tô 5:17

Giấy chứng nhận cuộc sống mới trong Chúa Kitô

Tuyên bố Cứu rỗi – Tái sinh bởi Ân điển
Điều này chứng nhận rằng

____

(Họ và tên đầy đủ)
đã công khai tuyên bố **đức tin vào Chúa Giê-su Christ** là Chúa và Cứu Chúa và đã nhận được món quà cứu rỗi miễn phí qua sự chết và sự phục sinh của Ngài.
"Nếu anh em công khai tuyên xưng Đức Chúa Jêsus là Chúa và tin trong lòng rằng Đức Chúa Trời đã khiến Ngài từ cõi chết sống lại, thì anh em sẽ được cứu."
— Rô-ma 10:9 (Bản Dịch Mới)
Vào ngày này, thiên đàng hân hoan và một hành trình mới bắt đầu.

Ngày quyết định : ________________________

Chữ ký : ______________________________

Tuyên bố cứu rỗi
"Hôm nay, tôi dâng hiến cuộc đời mình cho Chúa Giê-su Christ.
Tôi tin Ngài đã chết vì tội lỗi tôi và đã sống lại. Tôi xin nhận Ngài làm Chúa và Cứu Chúa của tôi. Tôi được tha thứ, được tái sinh và được đổi mới. Từ giờ phút này trở đi, tôi sẽ bước theo dấu chân Ngài."
Chào mừng đến với Gia đình của Chúa!
Tên của bạn đã được ghi trong Sách Sự Sống của Chiên Con.
Câu chuyện của bạn chỉ mới bắt đầu — và nó là vĩnh cửu.

KẾT NỐI VỚI GOD'S EAGLE MINISTRIES

- Trang web: www.otakada.org
- Chuỗi bài viết về Sự giàu có vượt qua lo lắng: www.wealthbeyondworryseries.com
- Email: ambassador@otakada.org

- **Hỗ trợ công việc này:**

Hỗ trợ các dự án, sứ mệnh của vương quốc và các nguồn tài nguyên toàn cầu miễn phí thông qua việc đóng góp theo giao ước.

Quét mã QR để quyên góp

https://tithe.ly/give?c=308311

Sự hào phóng của bạn giúp chúng tôi tiếp cận nhiều tâm hồn hơn, chuyển giao tài nguyên, hỗ trợ các nhà truyền giáo và xây dựng hệ thống môn đồ hóa trên toàn cầu. Cảm ơn bạn!

Tiểu sử tác giả

Zacharias Godseagle

Tác giả • Giáo viên • Nhà lãnh đạo có tầm nhìn xa
Zacharias Godseagle là một giáo viên Lời Chúa đầy nhiệt huyết và là tiếng nói sáng suốt của Thân thể Đấng Christ. Mang trong mình ân sủng đặc biệt về sự thấu hiểu tâm linh, Zacharias phục vụ với sự minh mẫn, chiều sâu tiên tri, và một khát khao cháy bỏng được thấy các tín hữu bước đi trong sự tinh sạch, tin kính và đầu phục Đấng Christ cách chân thành.

Là một cộng tác viên trong công việc của God's Eagle Ministries (GEM), ông đóng vai trò quan trọng trong việc định hình nội dung môn đồ hóa, soi sáng Kinh Thánh, và hoạt động truyền thông tiếp cận cuộc sống trên khắp các ranh giới kỹ thuật số và vật lý. Các bài viết của ông tập trung vào sự biến đổi bên trong, sự vâng phục, và sự phục hồi Đấng Christ trên ngai vàng trong lòng người tin Chúa.

Zacharias được thúc đẩy bởi một niềm tin giản đơn: **khi trái tim đồng điệu, vận mệnh sẽ đến.**

Anh tiếp tục truyền cảm hứng cho khán giả toàn cầu thông qua hoạt động giảng dạy, cố vấn và các dự án sáng tạo tràn đầy Thánh Linh.

Đại sứ Monday O. Ogbe

Tác giả • Nhà truyền giáo • Người sáng lập, God's Eagle Ministries (GEM)
Đại sứ Monday Oreojo Ogwuojo Ogbe là người sáng lập **God's Eagle Ministries (GEM)** — một sứ mệnh toàn cầu

với sứ mệnh "kết nối mọi người với Chúa thông qua Lời Ngài". Được biết đến với niềm đam mê mãnh liệt với chân lý, khả năng kể chuyện đầy cảm xúc và lời dạy tiên tri, ông phục vụ trên khắp các quốc gia thông qua việc viết lách, phát thanh podcast, làm phim, truyền giáo kỹ thuật số và truyền bá Phúc âm.

Với nền tảng về lãnh đạo, truyền thông và truyền giáo, Đại sứ Monday mang trong mình sự xức dầu xuyên văn hóa, vang vọng từ Châu Phi đến Châu Á, Châu Mỹ, Châu Âu và Trung Đông. Những lời dạy của ông đối mặt với những cuộc chiến thầm kín trong lòng người tin Chúa—lòng tham lam, đấu tranh với bản sắc, sự tự mãn về mặt tâm linh, và sự xói mòn tinh tế trong mối quan hệ mật thiết với Chúa.

Ông là tác giả của nhiều bài giảng đạo, bộ sách và bài giảng đa phương tiện tiếp cận hàng triệu người thông qua otakada.org và các nền tảng kỹ thuật số của GEM.

Thông điệp cuộc đời của ông giản dị nhưng sâu sắc:
"Khi Chúa Kitô ngự trị ở trung tâm, mọi thứ khác đều trở nên xứng đáng."

Comfort Ladi Ogbe

Tác giả • Người cầu thay • Người đồng công trong chức vụ

Comfort Ladi Ogbe là một nhà văn, người cầu thay và cộng tác viên trong sứ mệnh Vương quốc của God's Eagle Ministries. Với lòng trắc ẩn, sự sáng suốt và tinh thần nuôi dưỡng, cô mang đến chiều sâu cảm xúc và nền tảng tâm linh cho mọi dự án mà cô thực hiện.

Những đóng góp của bà - thường diễn ra sau hậu trường - mang theo hương thơm của sự khiêm nhường, khôn ngoan và chữa lành. Bà an ủi mọi người qua việc tư vấn, cầu

nguyện, làm môn đồ và hợp tác sáng tạo, đặc biệt là trong các công việc nhấn mạnh đến việc phục hồi gia đình, trưởng thành về mặt tâm linh và biến đổi tấm lòng.
Với tư cách là một tác giả, bà viết từ kinh nghiệm sống và niềm tin tâm linh, mang đến cho độc giả sự sáng suốt, an ủi và khích lệ để theo đuổi sự trọn vẹn trong Chúa Kitô.
Comfort cam kết giúp các tín đồ trải nghiệm Chúa không chỉ trong kiến thức mà còn trong cuộc sống hàng ngày—nơi trái tim học cách tin cậy, đầu hàng và phát triển.

Trang tác giả:
https://www.amazon.com/stores/Zacharias-Godseagle/author/B0FCZ89D4K

SÁCH & TÀI NGUYÊN ĐƯỢC ĐỀ XUẤT

MÃ HÀNH HƯƠNG: AI thức tỉnh

Sách điện tử - https://www.amazon.com/Logos-Protocol-Awakening-artificial-intelligence-ebook/dp/B0FXNQFSWZ

Bìa mềm - https://www.amazon.com/Logos-Protocol-Awakening-artificial-intelligence/dp/B0FXNGR66D

Bìa cứng - https://www.amazon.com/Logos-Protocol-Awakening-artificial-intelligence/dp/B0FZNTQR6Y

Bìa mềm Ingramspark - https://shop.ingramspark.com/b/084?params=QkK4aNYTYO9U5z9uOkdHgc7Ue1eGDLqbb1tz9WRPaSk

Tại sao sự giải thoát thất bại - và cách ngọn lửa của Chúa phục hồi tâm hồn: 40 lời tuyên bố hàng ngày cho sự giải thoát toàn diện

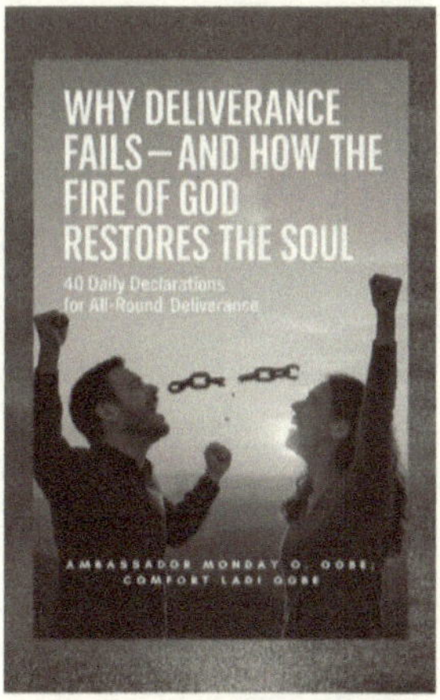

Sách điện tử - https://www.amazon.com/Why-Deliverance-Fails-Declarations-All-Round-ebook/dp/B0FW74L4G4

Bìa mềm - https://www.amazon.com/Why-Deliverance-Fails-Declarations-All-Round/dp/B0FWB3LXRM

Được cứu nhưng lạc lối – Người cải đạo không được dạy dỗ – được dịch sang 25 ngôn ngữ

Bìa mềm
https://shop.ingramspark.com/b/084?params=iYNB6S3PLMfREpm0jMM15bMe3BvWlkjcYyLYnHVGAds
Sách điện tử - https://www.amazon.com/SAVED-BUT-LOST-UNDISCIPLED-heartbreak-ebook/dp/B0FVJ29DF7

7 NGÀY CHIẾN TRANH TÂM LINH & PHỤC HỒI - đây là Phần 1

Trói buộc kẻ thù, trả lại bảy mũi tên và khôi phục vận mệnh của bạn

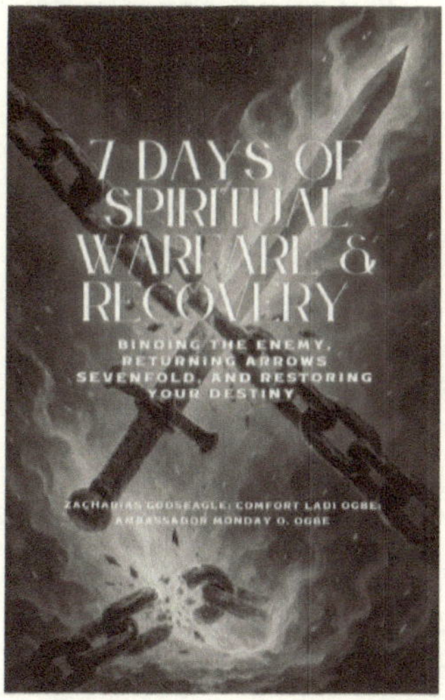

https://shop.ingramspark.com/b/084?params=8mPzqUl73Ex7uPyeO7ydyt8EGkkB6u2gX1jZvWU8j1C

Liên kết sách điện tử - https://www.amazon.com/DAYS-SPIRITUAL-WARFARE-RECOVERY-Returning-ebook/dp/B0FMPJM5KZ

7 NGÀY CHIẾN TRANH & PHỤC HỒI TÂM LINH - Phần 2 - Ấn chứng chiến thắng, phá vỡ sự gian ác trong gia đình và bảo vệ vận mệnh được phục hồi của bạn

Bìa mềm - https://shop.ingramspark.com/b/084?params=LkpNmGSsApHhWhiSO7bW3wFmcXQKIO4ZEBeSbP5rL1S

Sách điện tử - https://www.amazon.com/DAYS-SPIRITUAL-WARFARE-RECOVERY-Wickedness-ebook/dp/B0FR9YCMY8

TỪ BÓNG TỐI ĐẾN QUYỀN THỐNG TRỊ: 40 ngày để thoát khỏi sự kìm kẹp của bóng tối

–

Một sự sùng kính toàn cầu về nhận thức, giải thoát và sức mạnh - Dành cho các cá nhân, gia đình và quốc gia sẵn sàng được tự do

Bìa mềm

https://shop.ingramspark.com/b/084?params=aVgp21QfwJxNANkfMxIQ0yejuFCVY12KFr978SRkZUD

Amazon - https://www.amazon.com/DARKNESS-DOMINION-Devotional-Awareness-Deliverance-ebook/dp/B0FLDH2Y67

- *Giải thoát khỏi quyền lực bóng tối* **(Bìa mềm)** — Mua tại đây | Sách điện tử trên Amazon

  - **Đánh giá hàng đầu từ Hoa Kỳ:**
    - **Khách hàng Kindle** : "Cuốn sách Cơ đốc giáo hay nhất từ trước đến nay!" (5 sao)

Ngợi khen Chúa Giê-su vì lời chứng này. Tôi đã được ban phước rất nhiều và muốn giới thiệu cho mọi người đọc cuốn sách này... Vì tiền công của tội lỗi là sự chết, nhưng ân điển của Đức Chúa Trời là sự sống đời đời. Shalom! Shalom!

    - **Da Gster** : "Đây là một cuốn sách rất thú vị và khá kỳ lạ." (5 sao)

Nếu những gì được nói trong sách là đúng thì chúng ta thực sự đang tụt hậu rất xa so với những gì kẻ thù có thể làm! ... Đây là điều cần thiết cho bất kỳ ai muốn tìm hiểu về chiến tranh tâm linh.

    - **Visa** : "Tôi thích cuốn sách này" (5 sao)

Đây là một sự thật mở mang tầm mắt... một lời thú nhận chân thành... Gần đây tôi đã tìm kiếm nó khắp nơi để mua. Thật vui khi mua được nó trên Amazon.

- **FrankJM** : "Khá khác biệt" (4 sao)

Cuốn sách này nhắc tôi nhớ về cuộc chiến tâm linh thực sự. Nó cũng gợi nhớ đến lý do cần phải mặc lấy "Toàn bộ Giáp Trụ của Đức Chúa Trời".

- **JenJen** : "Tất cả những ai muốn lên Thiên đường hãy đọc bài này!" (5 sao)

Cuốn sách này đã thay đổi cuộc đời tôi rất nhiều. Cùng với lời chứng của John Ramirez, nó sẽ khiến bạn nhìn nhận đức tin của mình theo một cách khác. Tôi đã đọc nó 6 lần rồi!

- *Cựu tín đồ Satan: The James Exchange* (Bìa mềm) — Mua tại đây | Sách điện tử trên Amazon

- ***LỜI CHỨNG CỦA MỘT NGƯỜI PHI CŨ THEO ĐỒNG TÔN GIÁO SATAN*** *- Mục sư JONAS LUKUNTU MPALA* (Bìa mềm) — Mua tại đây | Sách điện tử trên Amazon

- *Greater Exploits 14* (Bìa mềm) — Mua tại đây | Sách điện tử trên Amazon

- *Out of the Devil's Cauldron* của John Ramirez — Có sẵn trên Amazon
- *Ngài Đến Để Giải Thoát Những Kẻ Bị Tù* của Rebecca Brown — Tìm trên Amazon

Các cuốn sách khác do tác giả xuất bản – Hơn 1000 đầu sách

Được yêu thương, được chọn lựa và trọn vẹn : Hành trình 30 ngày từ sự từ chối đến **sự phục hồi** được dịch sang 40 ngôn ngữ trên thế giới

https://www.amazon.com/Loved-Chosen-Whole-Rejection-Restoration-ebook/dp/B0F9VSD8WL

https://shop.ingramspark.com/b/084?params=xga0WR16muFUwCoeMUBHQ6HwYjddLGpugQHb3DVa5hE

Theo Bước Chân Ngài — Thử Thách WWJD 40 Ngày: Sống như Chúa Jesus trong những câu chuyện có thật trên khắp thế giới

https://www.amazon.com/His-Steps-Challenge-Real-Life-Stories-ebook/dp/B0FCYTL5MG

https://shop.ingramspark.com/b/084?params=DuNTWS59IbkvSKtGFbCbEFdv3Zg0FaITUEvlK49yLzB

CHÚA GIÊSU Ở CỬA:
40 Câu chuyện đau lòng và Lời cảnh báo cuối cùng của Thiên đàng dành cho các nhà thờ NGÀY NAY
https://www.amazon.com/dp/B0FDX31L9F

https://shop.ingramspark.com/b/084?params=TpdA5j8WPvw83glJ12N1B3nf8LQte2a1lIEy32bHcGg

ĐỜI SỐNG GIAO ƯỚC: 40 Ngày Bước Đi Trong Phước Lành của Phục Truyền Luật Lệ Ký 28

- https://www.amazon.com/dp/B0FFJCLDB5

Những câu chuyện từ những con người thực, sự vâng lời thực và sự

https://shop.ingramspark.com/b/084?params=bH3pzfz1zdCOLpbs7tZYJNYgGcYfU32VMz3J3a4e2Qt

Chuyển đổi trên 20 ngôn ngữ

BIẾT CÔ ẤY & BIẾT ANH ẤY:
40 ngày để chữa lành, thấu hiểu và có được tình yêu bền vững

https://www.amazon.com/KNOWING-HER-HIM-Healing-Understanding-ebook/dp/B0FGC4V3D9

https://shop.ingramspark.com/b/084?params=vC6KCLoI7Nnum24BVmBtSme9i6k59p3oynaZOY4B9Rd

HOÀN CHỈNH, KHÔNG CẠNH TRANH:
Hành trình 40 ngày hướng tới mục đích, sự đoàn kết và hợp tác

https://shop.ingramspark.com/b/084?params=5E4v1tHgeTqOOuEtfTYUzZDzLyXLee30cqYo0Ov9941

https://www.amazon.com/COMPLETE-NOT-COMPETE-Journey-Collaboration-ebook/dp/B0FGGL1XSQ/

MÃ SỐ SỨC KHỎE THIÊNG LIÊNG - 40 Chìa khóa hàng ngày để kích hoạt sự chữa lành thông qua Lời Chúa và sự sáng tạo Mở khóa sức mạnh chữa lành của thực vật, lời cầu nguyện và hành động tiên tri

https://shop.ingramspark.com/b/084?params=xkZMrYcEHnrJDhe1wuHHYixZDViiArCeJ6PbNMTbTux

https://www.amazon.com/dp/B0FHJT42TK

Bạn có thể tìm thấy những cuốn sách khác trên trang tác giả https://www.amazon.com/stores/Ambassador-Monday-O.-Ogbe/author/B07MSBPFNX

www.ingramcontent.com/pod-product-compliance
Lightning Source LLC
LaVergne TN
LVHW060259051026
849517LV00003B/871